தமிழுக்கும் அமுதென்று பெயர்

ஈ.த.வினோத் குமார்

புக் பென்சர்ஸ்

தமிழுக்கும் அமுதென்று பெயர்
ஆசிரியர் © ஈ.த.வினோத் குமார்
முதற்பதிப்பு 2022
பக்கங்கள் 133

Published by Book Benchers 2021
Copy right © I.D.Vinoth kumar 2021
All Rights Reserved.

ISBN 978-93-5533-320-9

ThebookBenchers@gmail.com
Contact 9944992571

Affliateded By
Aelay Publish
www.aelaypublish.com

பதிப்புரை

உங்கள் எழுத்து உலகத்துடன்
பேசட்டும் வழங்கும் தொகுப்பு
தமிழுக்கும் அமுதென்று பேர்.

வணக்கம் மக்களே கல் தோன்றி மண் தோன்றி
கடல் தோன்றா காலத்தே தோன்றிய மூத்த மொழியாகிய
எங்கள் தாய் மொழி தமிழுக்கும்
அனைத்து தமிழ் உள்ளங்களுக்கும் எனது அன்பான வணக்கங்கள்.

உங்களில் ஒருவராகிய நான் தற்போது
தமிழுக்கும் அமுதென்று பேர் புத்தகத்தின் தொகுப்பாளராக
பணியாற்றுகிறேன்.
எல்லாரும் அவரவர் தாய் மொழியில் பேசிக்கொண்டிருக்க
நாம் மட்டும் மொழிகளின் தாய் மொழியில் பேசிகொண்டிருக்கின்றோம்.
இன்று நம்மில் பலர் தமிழ் மொழியில் படிப்பதையும்,
பேசுவதையும் கேவலமாக நினைத்துக் கொண்டிருக்கிறார்கள்.
ஆனால் தமிழுக்கும் அமுதென்று பேர் என்ற புத்தகத்தில்
தமிழ் மொழியின் சிறப்பு, தமிழ் மொழியின் பண்புகள்,
தமிழ் மொழியின் இலக்கிய வளமை,
தமிழ் மொழியின் இலக்கண வளம் ஆகியவற்றை மிகவும்
அழகாக பார்க்க போகிறோம்.

காலம் பல மாறினாலும் கண்டம் பல அழிந்தாலும்
அழியாத சிறப்புடைய மொழியாக தமிழ் மொழி திகழ்கிறது.
இயல், இசை, நாடகம், எனும்
முத்தமிழாய் வளர்ந்து.கன்னிதமிழாய்,
செந்தமிழாய்,வண்டமிழாய்

பைந்தமிழாய்,வலம் வரும் ஒரே மொழி தமிழ் மொழியாகும்.
எண்ணற்ற புலவர்களாலும் ,அரசர்களாலும்
சங்கம் வைத்து நடத்த பட்ட ஒரே மொழி தமிழ் மொழியாகும்.

செம்மொழியாய் தமிழ் சிறப்புற்று விளங்குவது தமிழர்கள்
செய்த பெரும் பேராகும்.

இந்த உலகத்தில் அனைத்து பகுதிகளிலும் தமிழர்கள்
பரவலாக வாழ்ந்து வருகிறார்கள்.அவர்களில் 80 கும் மேற்பட்ட
எழுத்தாளர்கள் தாங்கள் தமிழ் பெருமையை எடுத்து கூறும்
ஒரு உன்னதமான படைப்பு தான் தமிழுக்கும் அமுதென்று பேர் என்ற
புத்தகம்.

அனைவரின் வாழ்த்துக்களையும் பாராட்டையும்
எதிர்நோக்கி உங்கள் கையில் விரைவில்.

                                     என் இனிய தனிமையே

தமிழுக்கும் அமுதென்று பெயர்

தொகுப்பாளர் ஈ.த.வினோத் குமார்.

இவர் ஆந்திர மாநிலத்தை பூர்வீகமாக கொண்டவர்.

இவர் ஒரு முதுகலை பட்டதாரி.

இவர் தமிழ் மொழியின் மீது கொண்ட பெரும் பற்று தான்

இவரை கவிதைகள் பல படைக்க காரணமாக உள்ளது.

இவர் பல புத்தகங்களில் இணை ஆசிரியரக தனது பங்களிப்பை

தந்துள்ளார்.பாமரனுக்கான கவிஞன் என்று கூறுவதில்

பெருமை கொள்வார்.இவர் காதல்,தத்துவம் மற்றும்

ஊக்கம் தரும் கவிதைகள் எழுதுவதில் பெயர் போனவர்.

இவர் ஒரு பட்டிமன்ற பேசிச்சாளரும் ஆவார்.

பல பட்டிமன்றங்களில் கலந்துகொண்டு சிறப்பித்துள்ளார்.

தன் மனதில் தோன்றும் எண்ணங்களை

எழுத்துகளாக மாற்றுவதில் வல்லவர்.

தன்னுடைய வாழ்க்கையிலும்

தன்னை சுற்றி இருப்பவர்களின் வாழ்க்கையிலும்

நடப்பதை எழுத்துக்காளாக கோர்த்து

வினோவின் அனுபவ வரிகள் என்னும் பெயரில்

படவரியில் ஒரு பக்கத்தை ஆரம்பித்து தொடர்ந்து

தனது கவிதைகளை பதிவிட்டு வருகிறார்.

வாழ்க்கையில் எத்தகைய இன்னல்கள் வந்தாலும்

தன்னுடைய கவிதைகள் தான் தனக்கு மகிழ்ச்சியையும்

ஆதரவையும் தரும் என்று கூறுவார்.

இவர் கவிஞர்,எழுத்தாளர் மற்றும் பேசிச்சாளர் என பண்முகம்

கொண்டவர்.

வரிசை எண்	உள்ளடக்கம்
1.	தாய் மொழியாம் தமிழ் மொழி! (ஈ.த.வினோத் குமார்)
2	பிறவித்தாய் தமிழே! (சந்தியா முரளிதரன்)
3	உயிருற்ற உன்னதமே (மு.துர்கா தேவி)
4.	தமிழ் எங்கள் பிறவிக்குத் தாய் (வனிதா குமணவேல்)
5.	தமிழ் எங்கள் பிறவிக்குத் தாய்! (நந்தினி மாரப்பன்)
6.	என்னுயிர் தமிழ் (து.கவிநிலவு துரைக்கண்ணு)
7.	தமிழின் சிறப்பு (லெ.சு. பவன் பிரணவ்)
8.	தமிழுக்கு அமுதென்று பெயர் (N.B. மேஹவர்ஷினி)
9.	அன்னையின் அதீதம் (சக்திவேல் மாரியப்பன்)
10.	தாய்க்கும் மேல் நீ தமிழே! (ம . ராகவைத்தமாநிதி)
11.	சுவை தமிழே! (த. அருணா)
12.	தமிழுக்கும் அமுதென்று பேர்! (கலைவாணி சுரேஷ்பாபு)
13	முத்தமிழ் எங்கள் உயிருக்கு மேல்! (சூ.லெயோ தெபோராள்)
14.	தமிழ்மகளுக்கு கிடைத்த வரம் (பா. சுரேகா)
15	அமுதே! தமிழே! (ஹௌசைனா.ஸா)
16.	தமிழே! (கவிதை தமிழழச்சி)

என் இனிய தனிமையே

17	முத்தமிழின் மேன்மை (காவியா)
18.	"தமிழ்" ஓர் உணர்வு (M.Nellaiyapparaja)
19.	தாய் தமிழே (செல்வன்)
20.	செம்மொழி (ப. அன்பரசன்)
21.	தன்னிகரற்ற மொழி! (பிரகதீஸ்வரி சிவக்குமார்)
22	இதய உயிரில் உருவான உலகமொழி நம் தமிழ்மொழியே! (கோ.பரணி)
23.	தமிழும் என் கவியும்! (Breshma murugan)
24.	தமிழின் பெருமை (ஸ்ரீராம்பாபு)
25.	அழியாத உயிரோவியம்! (ர.லோஹிதா)
26.	தமிழ்மொழியே! (மு.கவியோகேஷ்)
27.	தமிழ் மொழியின் சிறப்பு! (தமிழ் காதலி)
28.	தமிழி நவின்றச் சொல் (மு.பிரித்தி)
29.	மனிதனின் காதல் "தமிழ்" (-தெ.நர்த்திகாஸ்ரீ)
30.	தமிழ் மொழி (Dhayaalini Gunasaigaran)
31.	காதலிக்க ஆசை! (-சிந்து.ச)
32.	எ(இ)து தான் ஒரு மொழியின் சிறப்பு (இரா சதீஷ் குமார்)
33.	"அன்னைத்தமிழுக்கு அரும்புகளின் அருந்தமிழ் வாழ்த்து" (பா.கவுசிகா (பார்கவி))
34.	"தமிழ் மொழியின் சிறப்பு" (Vijayalakshmi.S)
35.	உயர்தனி செம்மொழி (வ.பவித்ரா)
36.	தமிழே ! தமிழே ! (பொன்.கலையரசன்)
37.	நம்முள் வாழும் தமிழ் (K. sundari)
38.	தமிழே அமுதே! (மு.புவனேஸ்வரி)
39.	தமிழ் மீதான காதல் (மு.ஹர்ஷினி)

என் இனிய தனிமையே

60.	தாயுமானவன் (பவித்ரா சரவணன்)
61.	எங்கும் நிறைந்த மொழி (M.Gayathri)
62.	தமிழ் பண்பாடு (சூர்யா சு)
63.	தொன்மை தொட்டு விண்ணை வெட்டுபவள் (பி.மா.வேதா)
64.	மங்காத மொழி (பா.பிரியன்பாபு)
65.	மூன்றெழுத்தின் காவியம் (ஸ்ரீதர்)
66.	அழியாத்தமிழ் (எல் செல்வகுமார்)
67.	எம் மொழியின் அழகு
68.	தாய்த்தமிழே போற்றி ! (வே.கனிமொழி)
69.	அழகு தமிழே (மைந்தன் (கிளைம்சென்))
70.	தமிழே என் தமிழே (மா பழனிசாமி)
71.	வாழ்வும் சிகரம்தொடுமே! (மாயாதி)
72.	வாழ்க தமிழ்மொழி ! (கனகநாதன்)
73.	அன்னைத்தமிழ் (யாமினி)
74.	தமிழுக்கும் அமுதென்று பேர் (வி.யோகநந்தினி)
75.	என் தமிழே! (சு.வசுந்தரா தேவி)
76.	உயிரில் கலந்தவள் (ஜெயஸ்ரீ சுப்ரமணியன்)
77.	உயிர் மொழி எங்கள் தமிழ் மொழி (KAARTHIKVEL V.S)
78.	இனிய தமிழமுது (Munishwaran R)
79.	அன்னை தமிழின் பெருமை (கோகுல் காளியப்பன்)
80.	அமிர்த(மிழ்) மொழி (ரஞ்சனி பழனிசாமி)
81.	தமிழ் வாழ்க! (சி. பிரவீன் குமார்)

82.	தமிழா வா! தமிழாய் வா! (மோ.திவ்யாராஜ்குமார்)
83.	தமிழ் மடியின் சுகம் ! (நர்மதா.சு)

எ‌ன் இனிய தனிமையே

தாய் மொழியாம் தமிழ் மொழி!

தாய் மொழி எனக்கு தமிழ் மொழி, அதை கற்றதினால் எனக்கு கொஞ்சம் கர்வமடி!

அதை பேசுவதால் எனக்கு பெருமையடி!

சித்திரமும் கைப்பழக்கமாகுதடி!

செந்தமிழும் என் வசமடி!

அறிவியலின் முன்னோடி என் தமிழடி!

அணுவை துளைத்தது என் தமிழடி!

ஈரடியில் சீரமைத்து வாழ்வை சீர்படுத்தியது என் அழகு தமிழடி!

வாயில்லா கோவிற்கும் நீதி வழங்கிய தமிழடி!

உனை பூவை என அழகுபடுத்தவா?

இல்லை, ஆண் என்று வீரம் பேசவா?

என்னென்று உரைப்பேன் உனை!

நான் பேச எப்புகழ் கிடைத்தாலும் , புகழனைத்தும் என் தாய்மொழிக்கே உரியதடி!

-ஈ.த.வினோத் குமார்

பிறவித்தாய் தமிழே!

முத்தமிழே! முதல் மொழியே !

முழு மொழியாம் பௌர்ணமியே !

அமாவாசை இருளகற்றிய அற்புதமே !

சொற்றேடல் தொடங்கு கையில் ,
பற்றாக்குறைக்கு இடம் கொடாமல்
வற்றாக் கடலாய் வாரியளித்தாய்

தாயின் அமுதப்பால் போலவே !

உன்னில் இடம்பெற்ற இலக்கியங்கள்

இடரிலும் இன்பம் தருபவை ,

பாரபட்ச மில்லாமல் பக்கத்து மொழிக்கு வார்த்தைகள் ஈந்தாய்!
செந்தமிழுக்கான இலக்கணம் அதை

செழிப்போடு பெற்ற சுடரே !

ஆயிரம் ஆண்டுகள் கடந்த வரலாற்றைக் கொண்ட நீ,

ஒரு சொல்லுக்கு பொருள் நூறு சொல்லித் தந்தாய் !

சட்டையில்லா மனிதன் பேசச் சரளமாய் சென்று நின்றாய் !

எத்திசையிலும் ஒலிக்கும் புகழோடு

எம் மொழியானாய் நீ !

உலகில் உயர்ந்த உயர்மொழியே,
தாய்க்கான தகுதிகளை தனக்கே

உரித்தாக்கி உன்னத மொழியான தமிழே !

என்றும் நீ எங்கள் " பிறவிக்குத் தாய்"

-சந்தியா முரளிதரன்

           என் இனிய தனிமையே

உயிருற்ற உன்னதமே

குறிஞ்சி மலையில் சுனையாய் ஊற்றெடுத்து,
முல்லைக் காட்டில் முல்லை அரும்பாய்
மணம் பரப்பி,
மருதத்தில் முற்றியச் செந்நெல்லாய்
தலை சாய்ந்து,
நெய்தலில் உவர்ப்பின் குவியலாய்
நன்றிக்கு வித்திட்டு,
பாலையில் அடர் மணலாய்
படர்ந்து,

சேர சோழ பாண்டியன்
அவையை அலங்கரித்து
மணி முடி தரித்து,
கொற்றம் காத்து ,
குடி காத்து ,
குலம் காத்து,
மண் காத்து ,
மமதை மழித்து,
அகந்தை அழித்து,
அகிலம் ஆண்ட நங்கையே!
என்இரு கரம் கூப்பி
உன்திருத்தாள் வணங்கி
பீடு கொள்கிறோம்
உன்பெருமையினை எண்ணி,

கன்னித் தமிழால்
எம்மை கிறங்கடித்து,

இன்பத் தமிழால்
எம்மை ஓர் இனமாக்கி,

அறத் தமிழால்
எம்மை அழகாக்கி,

பொருட் தமிழால்
எம்மை போதையாக்கி,

செந்தமிழால்
எம்மைச் செப்பனிட்டு ,

நற்றமிழால்
எம்மை நல்வழிப்படுத்தி ,

பசுந்தமிழால்
எம்மை பக்குவப்படுத்தி,

உயர் தமிழால்
எம்மை உன்னதமாக்கி,

தனித் தமிழால்
எம்மை தலைமையாக்கி...

ஒண் தமிழால்
எம்மை ஒருமைப்படுத்தி,

இயற்றமிழால்
எம்மை இன்புறுத்தி,

இசைத்தமிழால்
எம்மை இலகுவாக்கி,

நாடகத் தமிழால்
எம்மை உயிர் நாதமாக்கி,

எம்மை ஆட்கொண்ட
அருந்தமிழே,
நின் புகழ் ஓங்குகவே!
நின் செழுமை வாழியவே!

நின் அவையில் நிகழா அற்புதங்கள் ஏது?

முப்புரம் எரித்த முக்கண்ணனால் ,
நற்பதம் இழந்த நக்கீரனை,
கனல் கக்கி சாம்பலாக்கி,
தருமிக்கு பொற்கிளி பெறச் செய்தனை,
பொற்றாமரைக் குளத்தில்
மீண்டு எழுந்த நக்கீரப் பெருந்தகை
திருமுருகாற்றுப்படை அருளினை,
இத்தகைய திருவிளையாட்டினை நிகழ்த்திய எம்
தீந்தமிழே!

பசுங்கன்றொன்று
சோழ இளவரசனின்
ரத சக்கரமேறி
குருதி வெள்ளத்தில் மிதக்க ,
விழி நீர் வழிய தாய்ப் பசுவோ
ஆராய்ச்சி மணியை அசைக்க,
ஆய்ந்து பார்த்த மன்னவனோ
தன் ஒரு மகவை
அதே தேர்க்காலின்பாற் விடுத்த
மனுநீதிச் சோழனின்
மண்ணை ஆண்ட என்
நீதித் தமிழே!

ஆராயாது நீதி வழங்கி
கொலையுண்ட தன் கணவன்
கோவலனை மீட்டெடுக்க,
கொலை வாளினை எடடா
என்ற தாசனின்
வாய்மொழியினைப் போல்
சிலபொன்றினை கையிலேந்தி,
நீதி கேட்டு மதுரையம் பதியை
அக்னிக்கு உணவாக்கி,
பாண்டிய நெடுஞ்செழியனையும்
பாண்டிமா தேவியையும்
உயிர் துறக்க வைத்த
கண்ணகியின்
கற்பின் திறத்தினை,
அகிலம் போற்ற வைத்த என் கற்புத் தமிழே!

அவ்வைக்கு நெல்லிக்கனி
ஈந்த அருந்தமிழே,

மோசிகரனுக்கு சாமரம் வீசிய
சாந்தத் தமிழே,

உலகம் சமனிலை எய்த
அகத்தியத்தை அனுப்பிய
அற்புதத் தமிழே,

பொன்னியை கமண்டலத்தில் அடக்கிய
பொற் தமிழே,

பாவைத் தமிழால்
பரசுராமனையே கரம் பிடித்த, பாசுரத்தமிழே,

திருமழிசை ஆழ்வாரின்
திருவாய் மொழி கேட்டு,
திருமாலையே பின் தொடர வைத்த
திண்தமிழே,

                              என் இனிய தனிமையே

நீ
மண் தோன்றும் முன்னே
மன்னுற்றாய்,
மண்ணகம் மாண்ட பின்னும்
மன்னுறுவாய்,

என்
தமிழே!
தாயே!
தேனே!
திரவியமே!
தித்திக்கும் கற்கண்டே!
கனியே! கன்னல் சாறே!
அமுதே! அழகே! அறிவே!
மழலை மொழியே!
மழைச் சாரலே!
மேகத் தூரலே!
இளந் தென்றலே!
திக்கெட்டும் கொட்டும் முரசே!
கொடி முல்லையே!
கோவைப் பழமே!
கார்முகிலே!
கருங்குயிலே!
பொற்குவியலே!
பாற்குடமே!
பூரணமே! பூர்வீகமே!
பூபாளமே! பூஞ்சோலையே!
புண்ணியமே! புனிதமே!
பழமையே!

பஞ்சாமிர்தமே!
கொண்டலே! கோடையே!
வித்தகமே! வீரமே!

வார்த்தைகள் தேட இயலவில்லை
உனை வர்ணிக்க,
பஞ்சமில்லா சொற்களைப்
பக்குவமாய் சேமித்து வைத்திருக்கும்
பண்டகசாலையே!

உணர்வற்ற உலக மொழிகளின்பால்
உயிருற்று வாழும்
என் உன்னதத் தமிழே
நீ
வாழிய வாழியவே!

மு.துர்கா தேவி

தமிழ் எங்கள் பிறவிக்குத் தாய்

மிக நீண்ட இலக்கிய மரபுகளை கொண்டது எம் தமிழ்!
பழைய ஆக்கங்களின் காலங்களை கணிப்பது எம் தமிழ்!
பண்டைய தமிழில் எழுதப்பட்ட தொல்காப்பியத்தை கண்டது
எம் தமிழ்!

திராவிட மொழிக் குடும்பத்தைச் சேர்ந்தது எம் தமிழ்!

உலக இலக்கியங்களில் முதன்மை பெற்ற சங்க
இலக்கியங்களை கொண்டது எம் தமிழ்!

அகத்தியம் ஐந்து இலக்கியங்களையும் எடுத்துரைப்பது எம் தமிழ்!
மக்களின் அன்றாட நிகழ்வுகளின் காலக் கண்ணாடியாக இருப்பது எம்
தமிழ்!

வளர்ந்தோங்கும் செழுமையான மொழி எம் தமிழ்!

அகத்திணை ஏழும் புறத்திணை பத்தையும் தந்தது எம் தமிழ்!

ஆழ்ந்த அகன்ற திருக்குறள் எனும் நூலை தந்தது எம் தமிழ்!

மனத்தை உருகும் தேவார திருவாசகம் தமிழரின் வைரமாக ஒளிர்வது
எம்தமிழ்!
இதயத்தால் பேசப் பெற்று இதயத்தால் உணரவைக்கும் வழி எம்
தாய்மொழி தமிழ்!

- வனிதா குமணவேல்

தமிழ் எங்கள் பிறவிக்குத் தாய்!

அகரத்தில் தொடங்கி, உலகத்தின் சிகரம்
தொட்டு வளம் பெற்று நின்றாய்!
ஈசனை முதற்கடவுளாக கொண்ட நாயன்மார்களின்
வரலாறு முழுவதும் எடுத்துரைத்தாயே!
உலகம் வயிற்றிக்கு உணவு தேடியபோது
நீயோ செவிக்கு உணவு தேடிச்சிறப்பித்தாய்!
எட்டுத்தொகையையும் பத்துப்பாட்டையும் பிழையின்றி கூறி
எங்கள் மனதில் எம்மொழியென்று திகழ்ந்தாயே!
ஏழு தலைமுறைக்கு உதவும் அழியாக் கருத்தினை
கல்வெட்டில் பதித்து நீங்கா இடம்பெற்றாய்,
பல சிறப்பினைக் கொண்ட உன்னை இந்நொடிமுதல்,
தாய் போன்று காலம் முழுவதும் போற்றிக்காப்போம்
ஏனெனில், "தமிழ் எங்கள் பிறவிக்குத் தாய்"!!!

-நந்தினி மாரப்பன்

என்னுயிர் தமிழ்

பிழையில்லா பேதையே
தேன் மெழுகிய பாவையே
இதழை மணமுடித்த கோதையே

சந்தத்தின் சொந்தமா
சந்திக்கும் நேரம் சங்கடங்கள் வந்திடுமா
கலை தந்த கவியே
காகிதம் எல்லாம் உன் மொழியே

கடலடி முத்தே
நான் ஆனேனே உன் காலடியில் பித்தே
அலை அலையாய் அணிவகுத்த இலக்கிய வித்தையே

இருள் பெறா இளம்பிறையே
இலக்கணத்தின் வளர்பிறையே

வஞ்சிக் கொடியழகே
வாச மலரழகே
வட்ட நிலா ஒளியழகே
வற்றா நதியழகே

எதுகையின் இயந்திரமா
எல்லாம் உன் தந்திரமா
மோனை சூடிய மானே
வீணையை மீட்டெடுப்பதும்
நீதானே

நயம் கொண்ட தமிழே
நவரசம் பொழியும் விழியே
கருத்தின் கலைமகளே
கண்ணியம் கொண்ட தலைமகளே

வகிடுக்குள் திலகமிட்ட செம்மொழியே
முதுமை பெறா இளமொழியே
முதன்மை பெற்ற தமிழ்மொழியே

வில்லாய் வளைத்து சொல்லால் சிறை கொண்டாயே நாவினை

சித்திரை பாவையே
இதழ் முத்தமிடும் ஓசையே
பாவை விளக்கொன்று
பல ஆண்டு ஒளிரக் கண்டு
அயல் மொழியும் மிரண்டு போனதே

நாயனார் வகுத்த ஈரடி குறளும்
நாலடி உரைத்த நாலடியாரும்

விளம்பி வடித்த நான்மணிக்கடிகையும்
கற்றார் முன் கல்வியுரைத்தல் மிக இனிதே என சொல்லுக்கு சுவை
ஏற்றிய இனியவை நாற்பதும்

கபிலர் படைத்த இன்னிசை வெண்பாவில் இன்னா நாற்பதும் கயத்தூர்
ஆசானின் ஆசாரக் கோவையும்

வாய்மொழி வழக்கத்தில் தொடுத்த பழமொழியும்
சிறுபஞ்சமூலமும் முதுமொழிக் காஞ்சியும்

உளநோய் தீர்க்கும் ஏலாதியும்
அகப்பொருள் உரைத்த வரிகளும்

வடமொழிக்கு இடம் கொடுத்த கைந்நிலையும்
நடையழகும் நயமும் பொருந்திய இன்னிலையும்

புறவழி வந்த களவழி நாற்பதும் களம் கண்ட
படை களம் என்னுயிர் தமிழ் களம் அல்லவா!

-து.கவிநிலவு துரைக்கண்ணு

　　　　　　　　　　　　　என் இனிய தனிமையே

தமிழின் சிறப்பு

ஆயிரம் ஆயிரம் மொழிகளுக்கும்
அன்னை இவள்
தனக்கென்று இலக்கியம் வளர்த்த
சிறப்புடையவள்

அர்த்தமில்லா அறிவிழிகள்
அதட்டி கொண்டாலும்
அர்த்தமுள்ள தன் கருத்துகளில்
திண்ணம் கொண்டவள்

கண்டங்களில் மூத்தவள்
என் குமரி
அங்கும் முதலில் தோன்றி

நாகரிகம் கற்று தந்த
என் இனியவள் இவள்
செம்மொழிக்குரிய பதினோறு
கோட்பாடுகளுக்கு

சொத்துரிமை
பெற்றவள் இவள்
தன் திராவிட மொழி
குடும்பத்தின்
முதல் குடி இவள்

இவ்வுலகம்
படைத்த
இறைவனுக்கே
அன்னை இவள்
என் தமிழ்
அன்னையே...

-லெ.சு. பவன் பிரணவ்

தமிழுக்கு அமுதென்று பெயர்

அழகான தமிழ் மொழியே
ஆழிப்பேரலை அமிழ்த்தியுமே
இணை இல்லா தனிமொழியே
ஈடு இல்லா முதல்மொழியே
எல்லாம் அறிந்த மொழியே
ஏனையநாட்டினார் வியக்கும் மொழியே
ஐய்யதிற்கு இடமில்லா மொழியே
உலகம் அறிந்த உயிர்மொழியே
ஊரெங்கும் உளவும் வாய்மொழியே
ஒன்றில் தனித்தியங்கும் மொழியே
ஓவியமும் காவியமும் வடித்த மொழியே
ஔவை அதியமானின் தாய்மொழியே
செம்மொழியான தமிழ் மொழியே
உன் வழியே
வார்த்தைகள் கோர்த்து
வரிகள் சேர்த்து

பா நயம் பார்த்து- தமிழ்

சங்கங்கள் எல்லாம் உன் அங்கங்கள்
குமரியிலே தூக்கம் கொண்டாய்
மனதினிலே ஆக்கம் கொண்டாய்
வரிகளிலே அருள் கொண்டாய்
எழுத்தாயினும் பொருள் கொண்டாய்
ஏக போகமும் எண்ணில் அடங்கா
சொற்கள் தேட தேட பிறக்குமடா
தமிழில் எங்கள் செந்தமிழில்
வையகம் செழிக்கும் தாய்மொழியே
மெய் உடலின் மேன்மை விழியே
என்றும் தமிழ் மொழியே வாழ்க

-N.B.மேஹாவர்ஷினி

அன்னையின் அதிதம்

நரமது நாவசைத்து,
உளமது உள்ளுரைத்து,
களமது கண்டுரைத்து,
துறமது அறமுரைத்து,
அடியெடுத்த அன்னையவள் ஆற்றல் அதுவோ !

மோனையது முன்னுரைக்கும்,
எதுகையது எடுத்துரைக்கும்,
இயைபுயது இறுதியுரைக்கும்,
சந்தமது பாட்டுரைக்கும்,
சங்கத் தமிழின் தனித்துவம் காண்பது அரிதோ !

தாயது சொல்லுரைத்து,
சேயது பின்னுரைத்து,
பிஞ்சு மொழியின் நஞ்சில்லா தமிழின் நயனம் காண்பது எளிதோ !!
அகத்தியம் கடந்தது பல்லாயிரம்,
வள்ளுவம் கடந்தது ஈராயிரம்,
ஏழாயிரம் மொழி கண்ட பூமாவும் ஓங்கி ஒலிப்பது உனது புகழ்
அல்லவோ !

மண்ணின் மொழி கடந்து,
கல்லின் சொல் கடந்து,
காட்சியாகிய நின்னையும் போற்றி பாட
என் கவியும் கரம் கூப்பியதே !

- சக்திவேல் மாரியப்பன்

தாய்க்கும் மேல் நீ தமிழே!

கன்னித்தமிழ் கலையாது
என்னுள் என்றுமே நிலைத்திருக்கும்
சொல்லிப்புரியாதக் காதல்
நம்மிருவரிடையே மலர்ந்திருக்கும்
உயிர் இருக்கும் வரை
உன் சொல்லிலே பிழைத்திருக்கும்
உடல் மாண்டாலும்
புழுவுக்கு உணவாகி பின்
பூச்சிக்கு உணவாகி பின்
பூனைக்கு உணவாக ஆகி
மீண்டும் பிறந்து
தமிழிலே உரும்புவேன்
தாய்க்கு மேலான தமிழை
தலையில் தூக்கி கொண்டாடுவேன்!

- ம . ராகவைத்தமாநிதி

சுவை தமிழே!

செந்தமிழே
என் தாய் மொழியை விட்டு விட்டு
உனக்கு ரசிகையானது ஏன்?
நீ செய்த அற்புதமா இல்லை உன் சொற்கள் செய்த செய்வினையா
நற்றமிழே
உன் மீது மட்டும் நான் ஏன் இவ்வளவு நாட்டம் செலுத்துகிறேன்
நீ முத்தமிழாக இருப்பதால் என்னவோ
முத்தமிட்டு அனைத்துக்கொண்டாய்
தேன்தமிழே நீ திகட்ட திகட்ட வார்த்தைகள் தந்தாய்
நானோ என் மொழியை மறந்து மயங்கி விட்டேன் உன் மடியில்
எனக்கு மாலைகள் விழுந்தாலும்

மகுடம் சூட்டினாலும் காரணமாக இருப்பது நீ!
என்னை மட்டுமல்ல உலகையே செம்மை படுத்த வந்த மொழி
என்பதால் என்னவோ நீ
செம்மை தமிழாகவும் வளம் வருகிறாய்

— த. அருணா

தமிழுக்கும் அமுதென்று பேர்!

தம்மில் எழுந்த
தாய்மொழியே
தாய்க்கு இணையான
தமிழ்மொழியே

தேன்சுவை கூடிய
கனிமொழியே
தொன்மை இழைந்தோடும்
முதுமொழியே

தங்க தமிழோடு
தமிழன்னை அருளோடு
சங்கத்தமிழ் கொண்டு
சிந்து கவிபாட

அருளாசி வேண்டி
தமிழ்மகளை தொழுகின்றேன்

அன்னைத் தமிழுக்கு
முதல் வணக்கம் !

கன்னித் தமிழாம்
கற்கண்டு சுவையாம்
தொன்மை நிறைந்த
வண்டமிழ் மொழியாம்

பொன்னின் வடிவாய்
தீந்தமிழ் அழகாய்
காரிருள் நீங்கிய
காவியம் ஆனாய்

செந்தமிழ் என்றிட
செம்மொழி சுரங்கமாய்
செல்கின்ற இடமெல்லாம்
எந்தமிழ் சிறக்குமே!

வையகம் போற்றிய
உலகப் பொதுமறையை
உலகினுக்கு ஈந்திட
வாழ்வுநெறி வளப்படுமே!

வல்லினம் தொட்டு
மெல்லினம் தழுவி
இடையினம் நழுவிய
சுந்தரத் தமிழது

ஏற்றம் இறக்கமாய்
ஒலிதரும் வகையில்
எதுகையும் மோனையும்
எழுத்துரு கொண்டு

தமிழ்தாயின் கழுத்தில்
வார்த்தைச் சரங்களால்
மாலைகள் சூட்டி
மகுடம் தரிக்கிறது

முத்தான தமிழில்
இயலும் இசையும்
அழகுறு அணிகலனாய்
ஐம்பெரும் காப்பியத்தில்

சங்கத்தமிழ் வளர்த்து

சரித்திரம் படைத்திட்ட
உலகப் பொதுமொழி
எங்கள் தமிழ்மொழி

செந்தமிழ் நாட்டில்
தமிழ்மொழியின் நிழலில்
இளைப்பாறும் வரம்பெற
என்னதவம் செய்தேனோ ?!

-கலைவாணி சுரேஷ்பாபு

என் இனிய தனிமையே

முத்தமிழ் எங்கள் உயிருக்கு மேல்!

என் தமிழ் தாயே நீ!
கொடுந்தமிழ், செந்தமிழ், தனித்தமிழ்
என்று பல பெயர் கொண்டாய்
முத்தமிழ், நற்றமிழ்,
தேன்தமிழ்
என்று அடைமொழியும் கொண்டாய்
இயல், இசை, நாடகம் என்னும்
மூன்றையும் உன்னில் கொண்டாய்
இயலாதோரையும் உன் தனிச்சிறப்பினால் கவிபாட செய்தாய்

எங்கள் முத்தமிழ் தாயே நீ!

இயற்றமிழால் எங்கள் அறிவுக்கு
விருந்தளித்தாய்
இசைத்தமிழால் எங்கள் அறிவுக்கும் செவிக்கும் விருந்தளித்தாய்
போதாதென்று எம்மேல் கொண்ட அளவற்ற அன்பால்
நாடகத்தமிழும் தந்து எங்கள் அறிவுக்கும் செவிக்கும் விழிக்கும்
விருந்தளித்தாய்

"முகமும் விழியும் கருமணியும் போன்றது
முத்தமிழ்"என்று தொல்காப்பியச் செம்மல் உம்மைபற்றி கூறியது
குறைவுதான் அம்மா
உம் புகழின் நிகருக்கு
எம் உயிரையும் நிகராய் கூறலாம்

தாயே
உன் சிறப்பை அறியா மூடர்
அயல்மொழி மீது நாட்டம் கொள்வர்
பெற்ற தாய் நீயிருக்க
செவிலி தாய் எனக்கெதற்க்கு?

நான் பெற்றதெல்லாம் உன்னாலே
எனை பெற்றவளும் நீதானே!
என்னை முத்தமிடும் முத்தமிழ் தாயே
நீ என் உயிருக்கு மேல்!

சூ.லெயோ தெபோராள்

தமிழ்மகளுக்கு கிடைத்த வரம்

இளமையோடும்
இனிமையோடும்
உயிர்ப்போடும்
உலகத்தை வலம் வந்த மொழி!

எட்டுத்திசையும்
புகழ் மணக்கும் மொழி!
எல்லோராலும்
விரும்பப்படும் மொழி

பாமரனுக்கும் புரியும் மொழி!
தரணியை ஆளும் மொழி!

தமிழுக்கு அமுதென்று பேர்
என்று
புரட்சிக்கவிஞன்
முழங்கிய மொழி!

யாமறிந்த மொழிகளிலே
தமிழ்மொழிப் போல்
இனிதாவது
எங்கும் காணோம்
என்று பாரதி
பாடிய மொழி!

எவ்வுலகும் புகழ்ந்தேத்தும்
இன்தமிழ்
என்று பெரியபுராணம்
போற்றிய மொழி!

மானுடத்திற்கு வழிகாட்டும்
மூத்தமொழி!

என் அறிவை வளர்த்த மொழி!
அறம் செய்ய கற்றுக்கொடுத்த மொழி!
அறியாமையை அகற்றும் மொழி!

காலத்தை வென்ற தமிழ்
காலங்கள் கடந்தாலும் தமிழ் அழியாது!

தமிழின் சிறப்பை
தரணியெங்கும் ஓதுவேன்!
தமிழே எனக்கு தவமென்று
தமிழ்மகளாய் வாழுவேன்!

பா. சுரேகா

அமுதே! தமிழே!

அமுதே! தமிழே! தமிழுக்கு அமுதென்று பெயர்
ஆமாம்
எங்கள் தமிழுக்கு அமுதென்று பெயர்!

ஆதி மனித குலம்
பேசிய மொழி தமிழ்!
அன்னை என்னை தொட்டிலில்
சீராட்டிய மொழி தமிழ்!

ஆசான் திருவள்ளுவன் நமக்கு
பரிசளித்த மொழி தமிழ்!

அண்டை மொழிகள் கற்ற
பாரதி போற்றி பாடிய மொழி தமிழ்!
இறைவன் சிவபெருமான் சோறுண்ட
காரைக்கால் அம்மையின் மொழி தமிழ்!

இறந்த கணவனுக்காக மதுரையை
எரித்த கண்ணகி
உரையாடிய மொழி எங்கள் தமிழ்!

இல்வாழ்க்கை கற்றுத்தந்த
இனிமையான திருக்குறளின்
வரிகளும் தமிழ்!

இவ்வையகம் போற்றும்
அப்துல் கலாம்
ஐயா காதலித்த மொழி தமிழ்!
என் காதுகலில் தேனாய்
ஒலிக்கும் வார்த்தை தமிழ்!

தமிழ்! தமிழ்! மட்டுமே!

தமிழன் என்று சொல்லடா!
தலை நிமிர்ந்து நில்லடா!

-ஹுசைனா.ஸா

தமிழே!

எப்பிறவியில் செய்த தவமோ!
இப்பிறவியில் தமிழனாய் நான்!
எம்மொழியாயினும்
எம்தமிழ்மொழி போல் வேறுண்டா??
தரணி புகழ்பெற்ற தலைசிறந்த நாகரிகம் எம் தமிழரின் !

எங்கும் எம் தமிழின் புகழ் முரசு கொட்டும் !
அதை கேட்கையில் எம் தமிழன் நெஞ்சிலே தேன் சொட்டும்! சற்றும்
குறையயவில்லை .. எம் தமிழின் பெருமை!
அதை ஒவ்வொரு கணமும் கண்டு வியப்பதே
தமிழன் வாழ்வின் பெருந்தகைமை!

-கவிதை தமிழச்சி

முத்தமிழின் மேன்மை

முத்தமிழே நீயே மூத்தவளடி மூவுலகின் மொழிகளுக்கும்,
மூதாட்டியாய் நீயில்லை இளமை இறவா தமிழமுழகே!

அகம் புறமெனப் பகுத்தளித்து அகம் பறித்தாய்! காப்பியங்களின்
காதலிலே கன்னித்தமிழே கவிஞர்களை கவர்ந்தாய்!

வானின் வெண்ணிலவின் அழகிற்கு ஒப்புமை பெற்றவளே!
வாய்மொழியும் இழுக்கவில்லை, மைமொழியும் இழுக்கவில்லை
இறவாவரத்தாளே!

மெய்யில் உயிர்கலந்து உயிர்மெய்யாய் சிறந்தவளே! உன்னை,

மைதொட்டு எழுதயிலே மெய்யில் மறந்தேனே என்னை!

இயலென்னும் இல்லத்தில் இருக்கிறது இலக்கணக் குழந்தை, அதை
இனிதாய் வளரதிட்டார் அகத்தியரென்னும் தந்தை!

தொல்காப்பியர் உன்னைத் தங்கத் தொட்டிலில் தாலாட்ட, தாய்மொழி
தமிழ்மொழி நீயும் குழந்தையாகி குதுகளித்தாய்!

நால்வகைப் பாக்களாலே நாளெல்லாம் இன்னிசை இசைதாய்,
நாடகமென்னும் பொழுதுபோக்கைப் பரிசளித்து பொழுதுசிறக்கச்
செய்தாய்!

அணிநய விதிகள் வகுத்து பாக்களையும் வர்ணிதாய், அழிவில்லா
இசைப்படகில் பாரெல்லாம் வலம் வந்தாய்!

மதமில்லா மொழியாகி மனிதம் ஒன்றையே உணர்த்தினாய்,
மெய்மொழியே நீ மனிதன் தோன்றுமுன்னே தோன்றினாய்!
குறள்கொடுத்து கன்னித்தமிழ் குடிகளின் கூறிவை வளர்த்திட்டாய்,

கல்லை சிலையாக்கும் கலைகளும் சிறந்திடவே வித்திட்டாய்!

பாற்கடலை கடைந்து கடவுள் எடுத்ததும் அமிழ்தம்தான், பாரெல்லாம்
புகழ்பெற்ற தாய்தமிழும் நமக்கு அமிழ்தம்தான்!

பாரதிதன் பாக்களிலே இரசித்திட்ட ரதியோ? நீ!

காவியம் படைத்த கம்பனின் கவினோ? நீ!

அன்னைமொழியே அன்னையின் அன்பினை உன்னில் வைத்தேனே!

அமிழ்தமொழி பேசும்நாவில் ஊறும் உமிழ்நீரும் நறுந்தேனே!

அமிழ்தே! உயிரே! உன்னத மொழியே! தமிழே! அண்டமெல்லாம்
சிறந்தவளே, குமரி கண்டத்தில் பிறந்தவளே!

மறுபிறவி எடுத்தாலும் தமிழ்மடியில் தவழ்ந்திடுவேனே!
மற்றமொழிகள் மணித்துளிகள் பேசினாலும் தமிழழயே
புகழ்ந்திடுவேனே! –

-காவியா

   என் இனிய தனிமையே

"தமிழ்" ஓர் உணர்வு

உணர்வுகளுக்கு உயிர் அளித்து உயிர்களுக்கு மதிப்பளித்து
உலகில் தோன்றிய முதல் மொழியே, செம்மொழியே!
நிலங்களைப் பிரித்து
வாழும் முறையை வகுத்து
இலக்கணத்தோடு பிறந்த இனிய மொழி
இயலையும் இசையையும் எடுத்து பிசைந்து
"முப்பால்"ஊட்டியே எங்களை முளைக்க வைத்த மொழி !
தேனுண்ட வண்டாக மயங்கினேன் முத்தமிழை சுவைத்த நான்
கட்டுப்பாடான காதலையும்
முதுகு காட்டாத வீரத்தையும்
அளவில்லாத அன்பையும் கடல்கடந்து சொன்னமொழி தரணியாள
தகுதி இருந்தும்
தள்ளி நிற்கிறது மறைக்கப்பட்ட உண்மைகளால்!

தமிழால் பெருமை கொள்வோம் !

தமிழன் என்று கர்வம் கொள்வோம்!

- M.Nellaiyapparaja

தாய் தமிழே

அண்டம் அறிந்து,
கண்டம் கண்டு,
பிண்டம் பிறந்து,

பிழைப்பிற்கு
ஓர் இடம் தேடி,
காடு
மலைகளில் கூடி,

மாக்களாய் திரிந்த எம்மை
மக்களாய் மாற்றிடவே,

தாம்
கண்ட அனுபவத்தை
தனயனுக்கு எடுத்துரைக்க,

பனையத்து ஓலையிலே
பத்திரமா எழுதி வைக்க,

கண்டெடுத்த ரத்தினமே,
காணாக் கதிரொளியே, கண்
விழிக்கும் முன்னதுவே,
வாய்மொழிய வைத்தவளே,
என்னென்று சொல்வேனோ
தாய் தமிழே உன் அழகை!

- செல்வன்

செம்மொழி

என்னை வாழவைக்கும், தமிழுக்கும் வாசிக்க வைத்த தமிழின் எழிலுக்கும்!

எந்தன் தேகத்தோடு தேங்கி நிற்கும் சில வரிகள்!

தமிழ் மொழியாம் செம்மொழி இவையாவும் எம் மூச்சினில் கலந்த நம் மொழி!

"தமிழ்" என்ற சொல்லை உறைக்கையிலே சுவையூட்டும் வள்ளமை கொண்டது எம் மொழி!

தாகத்தில் தண்ணீர் பருகாமலும் கூட இருத்ததுண்டு!

தமிழை பருகாமல் ஒருநாளும் இருந்ததில்லை!

இவ்வுலகில் எத்தனையோ மொழிகள் இருந்தாலும் இலக்கண இலக்கியங்களை கொண்ட ஒரே மொழி எம் தாய் மொழியாம் தமிழ் மொழி!

மூவாயிரம் மொழிகள் இருப்பினும் முதன்மை மொழியாம் எம் தமிழ் மொழி!

கல் தோன்றா மண் தோன்றா காலத்தே தோன்றி நம்மை கரை சேர்க்குமாம் எம் மொழி!

எம் மொழி இருப்பினும் மும்மொழி (இயல் இசை நாடக) சிறப்பு தமிழுக்கே உரித்தானது!

"யாமறிந்த மொழிகளிலே தமிழ்மொழிபோல் இனிதாவது எங்கும் காணோம்"

என்றார் பாரதிதாசன், தமிழ் என்பது வெறும் வார்த்தை அல்ல தமிழர்களின் வாழ்வின் பண்பாடு!

தமிழ் மொழியின் இடத்தை வேறு எந்த ஒரு மொழியும் அவ்வளவு எளிதில் நிறப்பிவிட முடியாது!

தமிழின் பெருமையையும் பழமையையும் சொல்லி முடிக்க இந்த ஆயுள் போதாது!

மறு பிறவி என்று ஒன்று இருந்தால் தமிழனாய் பிறந்திட இறைவனடி வேண்டுகிறேன்!

வாழ்க தமிழ்!

என் வாழ்க்கையும் தமிழ்!

- ப. அன்பரசன்

தன்னிகரற்ற மொழி!

அறம் , பொருள் , இன்பம் கூறும்
அய்யன் வள்ளுவனின் வாய்மொழி!
இயல் , இசை , நாடகத்தால்
இயற்கையோடு இணைந்த இன்பமொழி!
தனக்கு உவமை தானாக விளக்கி

தரணியைக் காக்கும் தன்னிகரற்ற மொழி!
சங்க இலக்கியம் முதல் பல

சரித்திரக் கதை தந்த சாதனை மொழி!
உலக மொழிகளுக்கெல்லாம்

தாய்மொழியாய்த் திகழும் உன்னத மொழி!
குமரிக் கண்டத்தில் தோன்றிய

முதல் மாந்தன் பேசிய மூத்த மொழி!
மூவாயிரம் ஆண்டுக்கு மேல்

பழமைவாய்ந்த தூய மொழி நம் தமிழ்மொழி!
அன்போடு அரவணைப்பாய்!

அன்னையோடு குழந்தையாய்!
இயலோடு இசையுமாய்
என் உயிரோடு உரைந்த

உயர்தனிச் செம்மொழி உயரட்டும்!
என்றென்றும்!
வாழ்க தமிழ்!
வெல்க தமிழ்!

-பிரகதிஸ்வரி சிவக்குமார்

இதய உயிரில் உருவான உலகமொழி நம் தமிழ்மொழியே!

மென்மையும், பண்மையும் ஒருசேர கலந்த மொழியே தனக்கென ஒரு அடையாளமாய் திகழ்ந்த மொழியே பல கவி அறிஞர்களை குறிக்கோள் காட்டிய தனிப்பெரும் நதியே!

அடர்படர்ந்த காடுகளில் கரடு, முரடான மலைகளில் வாழ்ந்த ஆதி மனிதனை தமிழ் இயற்கையோடு ஒன்றிணைந்த மொழி தமிழ்மொழி!

தமிழ் மாதங்களில் பெண்மையின் இரகசியத்தை ஊற்றியதும், இரண்டடி குறளில் இலக்கிய இமயத்தை மிரள வைப்பதும், ஈழத்தில் வேந்தர்களும் மாந்தர்களும் தலை நிமிர்ந்த புகழ் சேர வைத்த உலகமொழி!

உள்ளத்திலே அன்பை வைத்தான் தன் எண்ணங்களை கருத்தாய்ந்து, பகுத்தாய்ந்து பாரெல்லம் பரவ வைத்தான். சாதி, சமய கீரல்களை மிதித்து தமிழ்குருதி உணர்வுகளை மதித்து வாழ்வது தான் வான் புகழ் கொண்ட தமிழன்!

-கோ.பரணி

தமிழும் என் கவியும்!

இப்பிறவி தமிழனாக பிறக்க தவங்கள் பல புரிந்தேன் நான்!
பெற்றவள் தமிழுக்கு தத்துக்கொடுத்து விட்டதாலோ
என்னவோ தமிழ் மீது அதிக காதல் கொண்டேன்!
தோன்றும் போதே புகழோடு தோன்றியது எம்மொழி!
என்னை தொட்டிலில் சீராட்டிய மொழி!
முச்சங்கம் கொண்டு வளர்க்கப்பட்டது செம்மொழி!
மூத்த மொழி ஆயினும் இளமை நிறைந்தது என் தாய்மொழி!
கவிகளுக்கு சிறப்பு தமிழ்மொழியாலே பாரதி, வள்ளுவன்,
கண்ணதாசன் போன்ற பலர் போற்றி பாதுகாத்த மொழி வரலாறு
பேசியதும் எம்மொழியே இன்று வரலாறு படைத்ததும் எம்மொழியே

-Breshma murugan

தமிழின் பெருமை

தலைசிறந்த தாய் மொழி நமது
காலங்கள் தாண்டியும் அழியாதிருக்கும் நல் அமுது

என்றும் மங்காதது தமிழின் ஒளியே!
தேன் சொட்டும் வார்த்தைகள் கொண்ட இனிய மொழியே!

காலங்கள் பல சென்ற போதும் மொழிகளும் பல அழிந்தப் போதும்
தனிப்பொழிவுடன் நின்றுகொண்டு இருக்கும் மொழியடா
என்றும் முதுமை அடையாத மொழியடா தமிழ்

அதன் பெருமையை கூற முடியாது ஒரு யுகத்தில்
என்றும் தமிழ் நிலைத்து நிற்கும் நமது அகத்தில்

- ஶ்ரீராம்பாபு

அழியாத உயிரோவியம்!

மனித வாழ்வின்
உயிர் போன்றது
தமிழே,
மனித வாழ்வின்
இறுதிவரை
தமிழ் உயிரே!

உடலுக்கு உயிர் மெய்
எவ்வளவு முக்கியமோ,
அதுபோல
சொல்லுக்கு உயிர் மெய்
மிகவும் அவசியமே!

மனித வாழ்விற்கு
துணை நிற்கும்
உறவினர்களைப் போல, இலக்கணங்களும்
இலக்கியங்களும் துணை நிற்கின்றனவே!

உலகிற்கு தேவை
இயற்கை வளங்கள்.
அதுபோல
தமிழிற்குத் தேவை சொல்வளங்களே!

உணவில் இருக்கும்
சுவைகளைப் போல,
தமிழில் இருக்கும்
சுவைகளும்
மொழியளவில் மிகவும் இரசிக்கத்தக்கவையே!

தமிழ் அழகிற்கு
மெருகூட்டுவதைப் போல

அவற்றைக் கொண்டு பல காவியங்கள் உருவாகின்றனவல்லவா?

தமிழையே தம் உயிராய் கொண்டவர்கள் இவ்வுலகில் பலர். இத்தமிழ்
பற்றுக்கு ஈடு இவ்வுலகில் உண்டோ?

தமிழ் தோன்றிய காலமும் கவிஞர்கள் தோன்றிய காலமும் ஒன்றே!
ஏனெனில்,
தமிழிற்கும் அழிவில்லை, கவிஞர்களுக்கும் அழிவில்லை!

வானில் தோன்றும்
விண்மீன்களைப் போன்றவர்கள் கவிஞர்களே!
என்றும் அழியா எண்ணற்றவர்களன்றோ?

தமிழைத் தம் உயிர்மூச்சாக கொண்டவர்களிடத்தில்
என்றும் நிலைத்திருப்பது உண்மையன்றோ?

தமிழ்! நாவில் எழும்
அனைத்து தமிழ் சொற்களிலும் சொட்ட சொட்ட இனிக்கும்
தேன் போன்ற இனிமையான மொழியல்லவா?

தமிழே! உன் மொழியானது இவ்வுலகின் உயிரோவியமே!
என்றும் அழியாது!
அழியவும் விடோம்!
- ர.லோஹிதா

தமிழ்மொழியே!

உண்மை அர்த்தத்தை உணர்த்த
உணர்வோடு கலந்த மொழி
இயலும் இசையுமாய் நாடகமென
இருந்து விளங்கிட்ட மொழி!

அன்பையும் ஆசையையும்
அள்ளிப் பகிர்ந்திடும் மொழி
அள்ள அள்ள குறையாத
வார்த்தை வண்ணங்களை

வாரி தந்திடும் மொழி!

முப்பெரும் வேந்தர் மும்மொழிந்து
நாட்டை ஆண்ட மொழி
அதுவே நம்மின் செம்மொழியான
தமிழ்மொழியே!

-மு.கவியோகேஷ்

தமிழ் மொழியின் சிறப்பு!

சங்கம் பிரண்டு சங்கோபிக்க தமிழ் உண்டு
அதனில் மிரண்டு போர் சிறக்க வீழும் வீர தமிழ் உண்டு!

ஆதிக்குடியின் அடி நிலம் ஆத்திதமிழுண்டு
வரியவர்கெல்லாம் வார்த்து தருகின்ற ஈகைதமிழுண்டு

ஐம்பெருங்காப்பியங்களில் எங்கள் மக்கள்குடி தமிழுண்டு
ஐஞ்சிறுகாப்பியங்களில் எங்கள் மன்னர்குடி தமிழுண்டு..

ஈரடியில் என் பொய்யில் புலவனின் தமிழுண்டு நாலடியில்
கிழடி பெயர்த்த பாட்டனின் நாலடியார் தமிழுண்டு..

பேரரசயே !!.வீழ்த்திய விகடகவி தமிழுண்டு

இலக்கணப்பேழையில் பிழையயில்லாத என் தமிழ் தாத்தாவின்
தமிழுண்டு..(உ.வே.ச)

எட்டுதிக்கும் எட்டுத்தொகை தமிழுண்டு
பாட்டில் கூற பத்துப்பாட்டு தமிழுண்டு

சிறுகுடி வழி காதல் தமிழுண்டு
சிற்றி உரைக்கும் படி காமத்தமிழுண்டு

வெற்றி தவுழும்படி விவேகானந்தர் தமிழுண்டு
வேதம் நிற்கும் படி திருவாசக தமிழுண்டு

விண்ணை கழுவும் விடயத்தமிழுண்டு
மண்ணை காக்க மறவர்தமிழுண்டு

என் கிழவன் கிதைத்து பேசும் குழறல் தமிழுண்டு
அந்த கிழவி பாடும் உறவில் தமிழுண்டு

விதைத்து வேர் விட்ட சாமானியனின் வேர்வை தமிழுண்டு
விளறி பிஞ்சின் பிளறல் தமிழுண்டு

ஆதவன் திகைக்கும் கொடுந்தீ என் பாரதி தமிழுண்டு
அவன் வழி வந்த பித்தன் பிறந்த தமிழுண்டு

கண்ணகிக்கும் தமிழுண்டு
காந்திரிகைக்கும் தமிழுண்டு

மலையாக நிற்கும் என் பெரியாரின் புரட்சி தமிழுண்டு
சமத்துவத்தில் சிலைவைத்த அம்பேத்கரின் தமிழுண்டு..

இன்னும் சொல்லி மாளாத என் தமிழின் மேல் காதல் உண்டு
அதனால் எனக்கு திமிரும் உண்டு
தமிழ் மேல்......

-தமிழ் காதலி

தமிழி நவின்றச் சொல்

தமிழி நீ தேனார்த்த சுவையில்
பொங்கி வழிந்த பொழிவே!

தமிழி நீ வானார்த்த மழையில்
பகலவான் குடை கொடுத்த வானவில்லே!
தமிழி நீ ஏக வண்ணங்களே
எம்மொழியில் தூரிகையிலாது
பொன்மொழிக!

தமிழி நீ இலட்சம் சொல் தந்த உனை
எவ்வாறு கிளவியில் அலங்கரிப்பேன்?

தமிழி நான் உன் நெஞ்சில இசைமீட்ட
இதயக்குருதியில் வார்த்தையை
வார்க்க வந்தேன்
கவிதை என் செந்நீரால்

தமிழி நீ வஞ்சியேனுக்கு
தாமரை தையலாள்
எனை நீ காப்பாயோ?
எனை வாழ்வளிப்பாயோ?

தமிழி நீ வணங்கி வருவோர்க்கு
வளைந்த வானல்லோ
எதிர்த்து நிற்பாருக்கு
வைர வாளல்லோ

என் இனிய தனிமையே

தமிழி நீ பேசினிதாய்
"செங்கனல் கொப்பளிக்கும்
வளநாட்டின் கொப்பூழில்
பிறந்தவோர் சீறி திமிரு
செருக்கைக் கொண்டு தீதறு "

தமிழி நீ உய்வு தந்த உயிர்மொழி
யாக்கையின் ஊஞ்சல் நீ

உன்னை அடைக்களமாய் புக்கி
தமிழவானில் பூவைப்பேனோ
எந்தன் இதயம் இறைவி
தமிழியே!

போற்றி!

போற்றியே!

—மு.பிரித்தி

மனிதனின் காதல் "தமிழ்"

பேசுவதற்கு இலகுவாக!

புரிந்துக் கொள்ள எளிதாக!

கலப்படம் இல்லா பாலாக!

இதழ்கள் அசைக்கையில் அழகாக!

நடனத்தில் பாவமாக!

கை அசைவுகளில் உயிராக!

தனி நிலையில் பரவசமாக!

கண்ணீரில் துணையாக!

இவ்வாறு,

மனிதனின் அனைத்து செயலிலும் உயிர் ஓட்டமாக திகழும்
அழகுதான்!

என் 'தமிழ்மொழி'யின் சிறப்பு!

அந்த உயிர் ஓட்டத்தால் தான்,

பாடாத இதழும், பாடும்
ஆடாத கால்களும்,
ஆடும் பேசாத இதழ்களும், பேசும்

தமிழின் இயல் இசை நாடகம் ஆக கர்ஜிக்கும்!

பல மொழிகளில் ஆர்வம் தான்-ஆனால்

தமிழில் ஏனோ விருப்பம் !

அதனால் தான் தமிழில் பாகுப்பாடு இல்லை!

தமிழ் யாருக்கும் அடிமையில்லை!

இது தான் என் தமிழ் மொழியின் வலிமை..!

-தெ.நர்த்திகாஸ்ரீ

தமிழ் மொழி

நம் உதிரத்தில் கலந்து உறையாமல் ஓடும் மொழி
நம் உணர்வோடு ஒன்றிய மொழி

தமிழர்கள் வீரத்தின் வீற்று
தாயின் கருவறையிலிருந்து செவிகள் ஆசைப்பட்டு கேட்க விரும்பும்
மொழி

உலக தமிழரை இணைக்கும் பாலம்
உலகத்தை இலக்கியத்தில் வர்ணிக்கும் மொழி, நம் மொழி செம்மொழி

தனித்தன்மை வாய்ந்த மொழி
இயல், இசை, நாடகம் இதில் ஒரு பகுதி
நிலப்பகுதியான குறிஞ்சி, முல்லை, மருதம், நெய்தல், பாலை என்ற
ஐந்திணை பகுதிகளும்
இம்மொழியைப் போற்றி பாடும்

பாவலனாய் தமிழ் மொழியைப் போற்றி பாடுவது எனது கடமை
பரணியின் ஆதி அந்தமில்லா நூல்களும் நம் மொழியின் பெருமையைப்
புகழும் !

-Dhayaalini Gunasaigaran

காதலிக்க ஆசை!

உயிரும் மெய்யும் சேர்ந்ததா?
இல்லை, உன்னோடு நான் கலந்ததா? என்று தெரியவில்லை! காதலிக்க
ஆசை வந்தது!
கார்மேகம் துணை என்றானது!
வா தமிழே காதலித்து வாழ்வோம்!

அன்றிரவு தாத்தாவிடம் கேட்ட சிறுகதைகள்!
ஆத்தோரமாய் பேசிய காதல் மொழி!
இலவசமாய் இசை தரும் இன்பம்!
ஈரமண்ணின் வட்டார வழக்கு!
உரிமை பேசி உறவுக் கொள்ளும் காப்பியங்கள்! ஊற்றெடுக்கும் தமிழ்
செறிவு!
எழில்மிகு இலக்கணம் பேசு!
ஏராளமான எழுத்தாளன் புதுசு!
ஐயம் எதற்கு? கற்று கற்பித்து தீர்த்துவிடு!
ஒருதலைக் காதல் கொள்!
ஓங்கிய வீரம் பேசு!
ஒளவை சற்றுக் கேட்டு பெருமைப்படட்டும்!
அன்று, அவள் பேசிய "தமிழ்" மொழி என்று!

காதலிக்க ஆசை!
கை சேர ஓசை!
காதலிக்க ஆசை!
காதலியாக்கி கதைக்க

-சிந்து.ச

     என் இனிய தனிமையே

எ(இ)து தான் ஒரு மொழியின் சிறப்பு

செம்மொழியாம் தமிழ்மொழி அதுவே எம் தாய்மொழி !

அம்மொழியே என் தலை மொழி அதுவே என் வழி மொழி !

மூன்றெழுத்தில் உலகாளும் எம் தாய்மொழி அதுவே என் தமிழ் மொழி !

செந்நாவில் வாழும் செம்மொழி அதுவே என் உயிர் மொழி !

உலகத்தில் செம்மொழிகள் ஏழுடன் வாழ்கிறது எம் தாய் மொழி!

உலக மொழிகளுக்கெல்லாம் தாய் மொழி எம் தமிழ் மொழி !

எம்மொழிக்கு உயிரும் உண்டு மெய்யும் உண்டு !

உயிர்மெய் கலந்த அன்பும் உண்டு !

குமரிக்கண்டத்தில் பிறந்து ! அண்டமெல்லாம் வளர்ந்து !

உலகத்தின் கடைக்கோடி மக்களையும் வியக்க வைக்கும் மொழி!

எம் தமிழ் மொழியின் சிறப்பை அறிய வேண்டுமா !புகழை உணர வேண்டுமா!

பழகிப் பாருங்கள் எம்மொழியின் முகர ஓசையை!

தியானித்துப் பாருங்கள் எம்மொழியின் ஓம்கார ஓசையை !

உச்சரித்துப் பாருங்கள் எம்மொழியின் அஃகின் ஓசையை !

மூன்றடியில் உலகலந்தார் வாமனர் ! அது விஷ்ணுவின் அவதாரம் !

இரண்டடியில் உலகலந்தார் வள்ளுவர்! இது எம் தமிழ் மொழியின் அவதாரம்!

தொன்மையை தொட வேண்டுமா? அகத்தியம் உண்டு எங்களிடம் !

இலக்கணத்தை இயம்ப வேண்டுமா? தொல்காப்பியம் உண்டு எங்களிடம்!

யாரையாவது புகழ வேண்டுமா? புறநானூறு உண்டு எங்களிடம்!

யாரையாவது அறிய வேண்டுமா? அகநானூறு உண்டு எங்களிடம்!

காலில் அணியும் சிலம்பிற்கும் உண்டு சிலப்பதிகாரம்!

கழுத்தில் அணியும் மணிக்கும் உண்டு மணிமேகலை!

காதில் அணியும் குண்டலமா? எடுத்துக் கொள்ளுங்கள்
குண்டலகேசியை!

அட! கையில் அணியும் வளையலா? வளைத்து படியுங்கள்
வளையாபதி !

குறுந்தொகையில் குறுக்கிட முடியுமோ?

ஐவகை நிலங்களை விளக்க எம்மொழியைக் காட்டிலும்

வேறு மொழியைக் காட்ட முடியுமோ!

என்ன இல்லை எம் தமிழ் மொழியில்!

எளிதல்ல எல்லாவற்றையும் எடுத்தியம்புவது!

எல்லையற்ற மொழி எம் தமிழ் மொழி!

அகத்தியன் தொட்டிலிட்டு, தொல்காப்பியன் தாலாட்டி!

கம்பன் சீராட்டி, மூவேந்தர் பாராட்டி!

வருடங்கள் ஈராயிரம் கடந்தாலும், இன்றும் !

கன்னித்தமிழாய்! செந்தமிழாய்! வாழ்ந்து வரும்!

செம்மொழியாம் எம் தமிழ் மொழி !

- கவி கவிஞன் இரா சதீஷ் குமார்

"அன்னைத்தமிழுக்கு அரும்புகளின் அருந்தமிழ் வாழ்த்து"

வழக்கத்திற்கு மாறாக
வசீகரிக்கும், வரவேற்கும்,
வாழ்க்கை தத்துவங்கள்
வள்ளுவனின், "பொய்யாமொழி". ஒன்றே முக்கால் அடி ஒற்றை
பிழையில்லை!

எக்காலத்திற்கும் பொருந்தும்
மூத்தமொழி ,
எல்லை இல்லா அன்பு மொழி!

விளைந்த உழுநிலத்தில்
விதை நெல்லை உற்பத்தி செய்யவும் சொல்லிக் கொடுக்கும்! அதே
சமயம் ,விவசாயத்தை விழுங்கிய விஞ்ஞானத்தை , அறிவியல் கலந்த
ஆன்மீகத்தோடு புத்தியும் புகட்டும்!

கற்பனையை கடன் வாங்கி , கவிதையை முதலீடு செய்யும் காவியத்தை
வட்டியும் முதலுமாக கலைவாணிக்கே பரிசளிக்கும்!

திராவிட மொழிகளுக்கெல்லாம்
மூத்த மொழி ,முதல் மொழி!
கம்பனையும் வள்ளுவனையும் ஈன்றெடுத்த தமிழ் அன்னைக்கு,
மகாகவி பாரதி அளித்த,
"அட்சய பாத்திரம்தான், புதுக்கவிதை "
அதற்கு உழுது உரமிட்டு உயிர் விளைவித்தவர் தான் கண்ணதாசன்!

'செம்புலத்தானின் செம்மொழி
இசை ஐம்புலன் எங்கிலும்
ஆறாய் பரவட்டும்'.

பாவை தமிழன்னையாக வீற்றிருக்க
முச்சங்கமும் மூச்சிறைக்கும்
பட்டாம்பூச்சிக்கும்
மெய் சிலிர்க்கும்!
வையகத்தில்
உனது வருகையை எண்ணி
தேன் குழலும் தந்தி அடிக்கும்!
சங்கம் வளர்த்த தங்கத்தமிழை
உளர்உலகமெல்லாம் பேசுட்டும்
எம்மை ஊட்டி வளர்க்கும் தங்கத்தமிழே!

-பா.கவுசிகா (பார்கவி)

"தமிழ் மொழியின் சிறப்பு"

எங்கள் முத்தமிழே ,
தேன்தமிழே ,
இசைத்தமிழே ,
எங்கள் உயிர்த்தமிழே ,
எம் தமிழ் அன்னையே ,
நின் மொழியின் சிறப்பினை நான் எங்ஙனம் எடுத்துரைப்பேன்!

உலகின் மூத்த மொழியே ,
எங்கள் தாய் மொழியே ,
இயல் ,இசை ,நாடகங்களிலும்
சங்க இலக்கியங்களிலும்
திருக்குறளிலும் ,
மொழியின் அழகினை
திகட்ட திகட்ட காணலாம்!
ஒளவை முதல் ,
பாரதி வரை,
உமக்கு புகழாரம் சூட்டிவிட்டனர்
எத்தனை,எத்தனை
பெருங்கவிஞர்களும் , நின் சிறப்பினை கொண்டாடி மகிழ்ந்துள்ளனர்!

இப்போது இந்த
இருபத்தியோராம் நூற்றாண்டிலும்
நின் சிறப்பினை போற்றிப்பாட
சீர் கொண்டு நிற்கின்றனர்!
இன்னும் எத்தனை கோடி
நூற்றாண்டுகள் கடந்தாலும்
நின் சிறப்பினை கொண்டாடி மகிழ்வதற்காக ,
இனி பிறக்க போகும்
தலைமுறையும் ,
கருவிலிருந்தவாறே,காலத்திடம்

முன்பதிவு செய்து
காத்துக்கிடக்கின்றன !

எம் மொழியின்
மற்றுமொரு சிறப்பினை
கூறுகின்றேன் ,
தமிழ் மொழி பல
வண்ணங்களையும் உள்ளடக்கியதாகும் ,
வளம் நிறைந்து இருப்பதால்
என்றும் எம் மொழி
பசுமை நிறமே ,
சொற்களுக்கும் , எழுத்துக்களுக்கும் இலக்கணம்
அமைத்து மென்மேலும்
அழகுடன் ஒளிர்வதனால்
மங்கலம் ததும்பும் மஞ்சள் நிறமே!
அமைதியோடு சேர்த்து
ரௌத்திரத்தினையும் கற்றுத் தருவதினால்
(இலக்கிய வடிவில்
ஆத்திரம் என்பதை குறிக்கும்)கறுநிறமே!
ஆழ் கடல் என
பரந்து விரிந்திருக்கும்
புலமை நிறைந்த
மொழி ஆழம் கொண்டதால் நீல நிறமே!
இப்படி பல வண்ணங்கள்
ஒருசேர திரண்டு வலம் வரும்
உயிருள்ள ஓவியம் தான்
எங்கள் தமிழ் மொழி!

எங்கள் ஆன்மா வாழும் வரை
தமிழ் மொழியினை
கலந்தே சுவாசிப்போம் ,
இறந்த பின்னாலும்
நேசிப்போம் ,
இதோ , இப்படி ,
சில ,பல
அழியா எழுத்துக்களின் வழி

   என் இனிய தனிமையே

நின் சிறப்பினை
செதுக்கிவிட்டு செல்வதால் !

தமிழ் வாழ்க !
தமிழை கொண்டாடும்
உள்ளங்கள் வாழ்க !

-Vijayalakshmi.S

உயர்தனி செம்மொழி

உலகில் ஆயிரம் மொழிகள் இருக்கலாம் !

ஆனால் தமிழர்களினதும் , தமிழ் பேசும் பலரதும் தாய்மொழி தமிழே!

திராவிட மொழிக் குடும்பத்தின் முதன்மையான மொழியும்

நம் தமிழ் மொழியே !

இரண்டு ஆண்டா ?
இருநூறு ஆண்டா ?
இல்லை

இரண்டாயிரத்து ஐந்நூறு ஆண்டுக்கும் மேற்பட்ட பழமை வாய்ந்த
மூத்த மொழி
நம் தமிழ்மொழி அல்லவா?

பல மொழிகள் வந்தாலும், இருந்தாலும்
இன்றும் நாம் கற்பதற்கு மிகவும் எளிய மொழி!

தமிழ் மொழி மட்டுமே!

கேரளத்தில் மலையாளம் , ஆந்திரத்தில் தெலுங்கு , கர்நாடகத்தில்
கன்னடம் ,
குஜராத்தில் குஜராத்தியம் ,
அசாமில் அசாமியம் என

எத்துனை மொழிகள்!
எவ்வளவு மொழிகள்!
இருந்தாலும்

அத்தனைக்கும் அடிப்படை மொழி நம் தமிழ்மொழி தானே?

நம் தாய்மொழி தமிழின்றி இந்த மொழிகள் எவற்றாலும் தனித்து
இயங்க முடியுமோ?
முடியாது!

ஆனால் தமிழ்மொழியோ எந்த மொழியின் துணையின்றியும் தனித்து
இயங்கும் சிறப்புடையது!

உயர்ந்த மொழி!
செம்மையான மொழி!
மூத்த மொழி!
முதல் மொழி! ஆன
தமிழை நம் தாய்மொழியாகக் கொண்டதில் பெருமைக் கொள்வோம்!

நம் தாய்மொழி தமிழை !
நம் தாய்க்கும் இணையாக நேசிப்போம் !
நம் உயிருக்கும் மேலாக நேசிப்போம் !
சுவாசக் காற்றைப் போல தமிழையும் சுவாசிப்போம் !
அதுவே நம் தாய்மொழிக்கும் !
நம் தமிழ்மொழிக்கு
செய்யும் சிறப்பாகும் !

- வ.பவித்ரா

தமிழே ! தமிழே !

வண்டுகளே ! வண்டுகளே !
அழுகை ஏன்?
பூக்களில் தேன் இல்லையா
கவலை வேண்டாம்
தமிழ் மொழியிடம் வாருங்கள்
பூவை மறந்து விடுங்கள்
தமிழை எடுத்து குடியுங்கள் !

எழுத்தே ! எழுத்தே !
எழுதல்ல நீ முத்தே
நீ தான் எங்கள் சொத்தே
உன் மேல் எனக்கு பித்தே
தமிழ் முத்தே !

தமிழே ! தமிழே !
திராவிடத்தின் தலைமையே
நீ தாழ் இல்லா கதவே
உன்னில் நுழைந்தேன் நானே
உயிர் உள்ள வரை
நீ தான் என் தாயே
மொழி தாயே !

-பொன்.கலையரசன்

நம்முள் வாழும் தமிழ்

பல்லாண்டு வாழ்ந்தாலும் மறக்க முடியாத என் தமிழ் அன்னையே!
பார்ப் போருக்கு பட்டமளிக்கும் அழகே!
உன் பேரை சொன்னால் பெரும் சத்தம் ஒலிக்கும்!
உன்னை பார்த்தால் என் உள்ளம் மினுமினுக்கும்!
உன் புகழ் சொல்ல என் ஜென்மம் போதாது!
உன்னை வெல்ல எவராலும் இயலாது!
நீ இல்லாமல் உலகம் சுழலாது!
பாட்டும் தொகையும் கூறும் எழிலுடை மொழி!
பதினென் கீழ்க்கணக்கு கூறும் பக்தியுடைய மொழி!
அகம் புறம் கூறும் ஆதிக்க மொழி!
அறம் கூறும் ஆற்றல் மிக்க மொழி!
இலக்கணம் இலக்கியம் இயம்புகின்ற மொழி!
கதைகள் கவிதைகள் கூறும் கற்புடைய மொழி!
நம் நாவில் தவழும் நளினமுள்ள மொழி!
நம்முள் வாழும் நம் தமிழ்!

-K. sundari

தமிழே அமுதே!

மொழிகளிலே சிறந்தமொழியாம்!
தன் நிகரற்ற மொழியாம்!
எம் தாய்மொழியாம்!
அதுவே எம் தமிழ் மொழியாம்
பிறந்து சிறந்த மொழிகளில்
சிறந்தே பிறந்த மொழி எம் தமிழ்மொழி!
இரண்டாயிரம் ஆண்டுகளுக்கு மேல் பழைமையான மொழியாயினும்
கம்பீரம் குறையா மொழி!
பல இலக்கியங்களும் காவியங்களும் உருவாக காரணமாக இருந்த
மொழி
தேன் போல் இனிக்கும் என் இனிய மொழி!
தாய்பால் போல் தூய்மையான மொழி!
அயல்நாட்டவரையும் கவர்ந்திழுத்தமொழி!
காலத்தால் வென்ற மொழி!
காலத்தால் என்றும் சாகாமொழி!
தாயன்போடு தரணி எங்கும் பரவி இருக்கும் மொழி!
அவளே என் உயிர்மொழி!
உலகத்தின் முதன்மொழி!
அழகு மொழி !

தமிழ் பேசும் தமிழச்சி என்று என்னை பெருமை கொள்ள
வைக்கும்மொழி
என்னையும் கவிஞராக்கி கவிபாட வைத்த மொழி!
தமிழை நேசிக்கும் தமிழச்சியாக என்னை மாற்றியமொழி! அதுவே
தமிழ் என்னும் செம்மொழி!
வாழ்க தமிழ்!
வளர்க தமிழ்!

-மு.புவனேஸ்வரி

தமிழ் மீதான காதல்

தேனருவியை போலே
செவியில் வந்து பாய்கிறாய்
மனதில் நினைப்பதை வார்த்தையாய்
வெளிப்படுத்த உதவுகிறாய்
அருமையான இலக்கண பொருள்களின்
சிறப்பை கொண்டு இருக்கிறாய்
எளிதில் உன்னை புரிந்துக்கொள்ளும்
சிறப்பை உடைய அழகே
என் தாய் மொழியாக
திகழும் என் அன்பு
தமிழ் மொழியே
அனைவருக்கும் இன்பம் தரும்
என் உயிர் மொழி தமிழே.

மு.ஹர்ஷினி

இனிது இனிது தமிழினிது

முதல் மொழி மூத்த மொழியாம்
பல மொழிக்கு துணை வழியாம்
அனைத்துக்கும் அன்பு அன்னையாம்

தேன் ஊறும் பாடல்
மனம் குளிரும் காதல்
பொருள் நிறைந்த வளமாம்
பொங்கி வழியும் மொழியாம்

வீணை இசைத்திடும் மென்மை
வீரம் செறிந்த உண்மை
வாழ வைத்து மகிழ்வோம்
வாளெடுத்து போரும் புரிவோம்

இலக்கணம் குறிப்பு
சொல்வளமோ சிறப்பு
உலகம் போற்றிடும்
தமிழரின் படைப்பு

செவ்வியல் தன்மை பெற்று
செந்தமிழ் பெருமை தொட்டு
வான் நீல புகழை முட்டி
நிற்கிறாய் வாசம் கூட்டி

கல்வெட்டுகள் கதை சொல்லும்
கடல்தாண்டிப் பயணம் செல்லும்
முடிவில்லா வரலாறும்
கர்வம் கொள்ளும்

முத்துபவளம் சுடர் ஒளி வீசும்
முத்தமிழை உலகம் பேசும்
தாய்தமிழ் தரணி ஆளும்
வீழாமல் எந்நாளும்

ஆயிரம் மொழிகளுக்கு வேர்சொல் தந்து
ஆலம் வேராய் நின்று
கிளைகளையும் செழிக்க செய்கிறது

தனித்துவம் கம்பீரம் உனக்கு
தமிழனாய் பெருமை எனக்கு

ஆச்சர்யம் மூட்டும் ஆராய்ச்சிகள்
அகிலம் கண்டு வியந்தது
மண்ணில் பெரும் மொழியென
மனம் குதித்து மகிழ்ந்தது

புதுபுது சான்றுகள்
புத்துயிர் அளிக்கிறது
பூமியை பிளந்து
பூரிப்பாய் நிற்கிறது

அரசியல் வஞ்சகமும்
அசைக்க முடியாமல்
எம்மொழிக் கண்டு திகைக்கிறது

ஏட்டிலும் பாட்டிலும்
வீட்டிலும் நாட்டிலும்
பறவையாய் பறந்து
பாரினில் விருந்து படைக்கிறது

அறம் பொருள் இன்பம் அள்ளி
அறநெறிகளை அறிவில் சொல்லி
அகம் மகிழ்கிறது.

இனிது இனிது தமிழினிது
உயிருக்கு உயிரான
"தமிழ்" மொழி எமது!

-ராஜசேகர். ஏ

எம்மை ஈன்றெடுத்த மொழி

எம்மொழியும் எத்திசையிலும் கற்றே வாழ்ந்திடலாமே – ஆனால்
இம்மொழி மட்டுமே உயிர் மூச்சாய் நின்றிடுமே!
எத்திசையில் சென்றாலும் எங்கும் ஒளிவீசுகின்ற மொழியாம்!
வான்புகழ் கொண்ட வரலாற்று மொழியாம்!
வையகமும் போற்றுகின்ற வளமான மொழியாம்!
முச்சங்கம் கொண்டு மூவேந்தர்களும் ஆண்ட மொழியாம்!
முத்து முத்தாய் தித்திக்கின்ற தேனின் சுவை கொண்ட மொழியாம்!
பண்பாட்டை பார்உலகிலும் உயர்த்தி பிடிக்கின்ற உன்னதமான
மொழியாம்!
பட்டினியால் கிடக்கின்ற ஒருவனின் பசியை கன்னித்தமிழ் ஒன்றே
போக்கிடும் மொழியாம்!
உலகிற்கு தன் குடியை எடுத்து கூறியே அகிலத்தையும் அசர வைக்கின்ற
மொழியாம்!
புலவர்களின் சொல்லில் தவழுகின்ற செந்தமிழ் மொழியாம்!
புல்லாங்குழலின் ஓசையின் வழியே செவியை அடைகின்ற செவ்விதழ்
மொழியாம்!

-கு.ரமேஷ்குமார்

செம்மொழி

விழித்தெழு தமிழா விழித்தெழு
விழித்தெழு தமிழா விழித்தெழு
பிற மொழியை பின் தள்ளாதே
தமிழ் மொழியை முன் தள்ளு!
கல் தோன்றி மண் தோன்றா
காலம் தொட்டு நின்றேனே
வாழவேண்டும் வாழக்கூடாது
எப்படி என்று சொன்னேனே!

யாமறிந்த மொழியினிலே
தமிழை இனிமை என்பேனே
நான் அறியா மொழி இல்லை
தமிழை செம்மொழி சொல்வேனே!

பெண்ணின் மானம் காக்க கையை வெட்டியவன் பொற்கைப்
பாண்டியன் என்பேனே,
பசுவிற்காக தன் மகனை தேரில் ஏற்றி கொன்றவன் மனுநீதி சோழன்
கண்டேனே!

அரசன் அன்று கொள்வான் தெய்வம் நின்று கொள்ளும் –பழைய மொழி
அரசன் நின்று கொள்வான் தெய்வம் அன்று கொள்ளும் –புதுமொழி!

சங்கம் வைத்து நூலை எழுதி
தமிழ் மொழியை வளர்த்தேனே
ஒருவன் ஒருத்தி ஒருத்தி ஒருவன்
தமிழ் பண்பாடு காத்தேனே!

வாடிவாசல் நிற்கும் காளையின் திமில் அழகு என்பேனே .. காளையரின்
திமிர் தமிழரின் ஜல்லிக்கட்டு கண்டேனே ..

-ச.பாலசுப்பிரமணி

தமிழ்மொழியே எம் தாய்மொழி

மூன்றெழுத்து மந்திரமாம்,
மூத்தகுடி மொழியாம்,
பழமை வாய்ந்த நம்
செம்மொழியாகிய
" தமிழ் "!
மழலையின் முத்திரையாய்
முத்தமிட்ட மொழி!

வானவில்லின் வண்ணங்களாய்
வரைந்த மொழி!

பூக்களின் பல்வேறு மணங்களைக்
கொண்ட மொழி!

உயிரின வேறுபாடின்றி
அனைத்து உயிரினங்களையும்
உயர்த்திய மொழி!

பல்வேறு புலவர்களையும்,
கவிஞர்களையும்
உருவாக்கிய மொழி!

ஓடும் அருவியில் தங்களின்
" பகிர்ந்துண்ணுதல் " எனும்
பண்பை
வளர்த்த மொழி!

கடல் கடந்து சென்றாலும்
அயல்நாடுகளில்
ஆச்சரியத்தை ஊட்டும் மொழி!

தமிழ் எனும்
வற்றா நதியில்
தங்கள்
தமிழ் தாகங்களைத் தீர்க்க
தமிழ் கற்ற அயல்நாட்டு புலவர்களை
அறிமுகப்படுத்திய மொழி!

நம் "தமிழ்"
மொழியாக மட்டுமல்ல,
ஒவ்வொரு தமிழனின்
உடலிலும்
குருதியாக ஓடுகிறது!

- பாரதி பாஸ்கி

தமிழ் மொழியின் சிறப்பு

ஆறு கோடி
மக்களின் தாய்மொழி
அறு சுவையை
மிஞ்சுகின்ற வாய்மொழி
அகரத்தில் தொடங்கும் சிகரமொழி
தகரத்தை தங்கமாக்கும் லகரமொழி

அகத்தியன் கண்ட அமுதமொழி
தமிழன் அகத்தினுள் கொண்ட குமுதமொழி

ழ விற்கு பக்கத்தில்
க வரிசை கொண்ட தனிமொழி
க வை மெய்யாய்க்
கனியவைக்கும் கனிமொழி

சொற்சாலத்தால் மயங்கவைக்கும் மதுமொழி
கல்தொன்றும் முன்தோன்றிய முதுமொழி

வள்ளுவன் வார்த்தெடுத்த குரள்மொழி
வல்லினத்தை வளர்த்தெடுக்கும் குரல்மொழி
ஒளவையார் பார்த்தெடுத்த வளர்மொழி
அங்கவை கோர்த்தெடுத்த மலர்மொழி

மதுரைச் சங்கத்தில்
குடியிருக்கும் வான்மொழி
மலரின் அங்கத்தில்
குவிந்திருக்கும் தேன்மொழி

என் இனிய தனிமையே

உலகத்து மொழிகளின் செம்மொழி
இம்மொழிக்கு ஈடு இணை எம்மொழி ?

தமிழுக்காக தலைவணங்கும் என் சிரம்
தமிழ் வளர என் உடல் ஆகட்டும் உரம் !

-சகாய அரசி யோனீஸ்

தமிழ்

காதலிப்போரின் வரிசையில் நானும் இன்று,
அவர்கள் விழுந்ததோ பெண் அவளின் விழியால்,
ஆனால்;
நான் விழுந்தோ தமிழ் எனும் மொழியால்!

-சி.ஜெயபாரதி.

என் மொழி

யாமறிந்த மொழிகளில்
தமிழ் போல் இனியது வலியது
எளியது சிறந்தது
மகிழ்வளிப்பதுமாய்
தலை சிறந்த மொழி
ஏதுமில்லை !

தாய்முகம் மறந்தாலும்
தாய் மொழி மறவாது !
எம்மொழி கற்பினும்
என் மொழியின்றி
நடவாது !

என்னே அழகு
எந்தன் மொழி !
சிலிர்ப்பை ஊட்டுமே
சிந்தை வழி !

ஒற்றும் சிறப்பு
முற்றும் தெளிவு !

மெய்யெழுத்து உயிரெழுத்து
இணைந்த குழைவு !
ஆயுத எழுத்தாய்
நிமிர்ந்த மரபு !

செம்மொழியான தமிழ்
செழுமையான வளம்
தாய்மொழியாய்ப் பெற
என்ன தவம் செய்தேனோ ?

-க.செளபர்ணியா

தாய்தமிழே

தமிழே!

தாய்த்தமிழே!

உன்போல் ஒருமொழி இல்லையம்மா!
உலக மொழிகளுக்கு

தலை மொழியம்மா நீ!
உச்சரிக்கும் நாவில் தேனாய் இனிக்கும்

தித்திக்கும் மொழியம்மா நீ!
உணர்வுகளுக்கு உயிர்கொடுக்கும்

மெய் மொழியம்மா நீ!
எம்மை போன்றவர்களுக்கு

உயிர் மொழியம்மா நீ!
தவமிருந்தாலும் கிடைக்காத

வரமான மொழியம்மா நீ!
உன்னை தாய்மொழியாய் பெற்றது

யாம்பெற்ற வரமம்மா!

-பவித்ரா அறிவழகன்

தாய்மொழியே! என் தமிழ்மொழியே!

அன்னைத் தமிழே
ஆதி மொழியே
இனிமை தருவது எம்மொழியே
ஈடு இணையில்லாதது தமிழ்மொழியே
உலக பொதுமறை தந்த மொழி
ஊரார் போற்றும் இலக்கியங்கள் பெற்ற மொழி
என்றும் அழியாத பொன் மொழிகளை
ஏட்டில் தந்தது தமிழ் மொழி
ஐயமின்றி
ஒழுக்கங்களை கற்பிப்பது எம்மொழி
ஓங்காரமாய் வலம் வரும் என் தாய்மொழியே!
ஒளவை முதலாக பற்பல பெண்பாற் புலவர்களை உடைய
மூத்தமொழியே!
கன்னித் தமிழே
"ங" போல் காலத்திற்கேற்ப மாற்றம் கொள்வாயே எந்தமிழே
சங்கத்தமிழே
ஞாலமே போற்றுதே பின் புகழை
உயிர் உள்ள வரை
இறுதி நிமிடம் வரை
தமிழுக்காக வாழ்வோம்!
தமிழால் வாழ்வோம்!

ஆ.நித்ய கல்யாணி

குறையில்லா மொழி

கல்வி கற்கும் காலங்களிலே துவண்டு நிற்கும் வேளையிலே உன்னை
தூக்கி கொஞ்சதான் ஆசை!
தூங்கிவிழும் வேளையிலும் துளிர்த்து ஓடும் நொடியாக மாற்றிவிடும்
உன் பாணி!
தனக்கேனக் கொண்ட தனி நடையில் தமிழ் மங்கையே நீ திமிருடன்
நடந்திட!
பேசுவர்களின் நெஞ்சத்தில் கலந்தாய் படிப்பவர்களிடையே தஞ்சம்
புகுந்தாய்!
அங்கே சீனா கல்வேட்டுகள் முதல் இங்கே ஓங்கி உயர்ந்த
கன்னியாகுமரி வரை!
தடுமாற்றங்கள் பல கடந்தாலும் தடையில்லா மொழியினை
கொண்டவள் நீ!
தமிழி முதல் இன்று கணினி தமிழ் வரை புகழ் கொண்ட நீ! உன்னை
அழிக்க பல கயவர்கள் வந்தாலும் அயல்மொழி நாட்டம்
படர்ந்திட்டாலும் வலது வேரினை அசைத்தவிடாத நீ! செய்யுள் முதல்
ஹைக்கூவரை தனி இலக்கண செல்வத்துடன் நீ! பாரதி முதல் மீரா வரை
கலை செல்வந்தார்களை உடையவள் நீ!
படை பினுள் குறையில்லா மொழிபெயர்ப்பு நூலகமும் நீ!
வஞ்சகரர்களின் நெஞ்சை அறுக்க அறநூல்கள் என்னும் ஆயுதம்
உடையவள் நீ!
இனிதினும் இனிதாய் செழிப்பினும் செழிப்பாய் மேலும் உயர்ந்திட
உன்னை காத்திட!

-நா.வசந்தி

என் முதல் காதலியே !

தமிழே உந்தன் கடலில் எண்ணற்ற
முத்துக்களை ஈன்றெடுத்துள்ளாய் . எண்ணற்ற நூல்கள் .
எண்ணிக்கையைக் கணக்கிடுவதற்குள் என் வாழ்வு

அந்தம் அடைந்துவிடும் . காலங்களால் பல
நூல்கள் அழிந்தும் இவ்வளவு நூல்களா ?
என்று வியக்க வைப்பதே உந்தன்

தனித்துவம் . உன்னை நாவில் கொண்டு
பேச பெருமிதமும் கர்வமும் கொள்கிறேன்

உன்னைத் தாய்மொழியாகப் பெற்றதற்கு . நீ
ஈன்றெடுத்த பிள்ளைகள் உனக்குச் சிறப்பாக

தொண்டு செய்து , கரங்களால் எங்களுக்கு
வாழை இலை விருந்து படைத்துவிட்டுச்

சென்றுள்ளார்கள் . சுவைக்க சுவைக்க தெவிட்டாமல்
மீண்டும் மீண்டும் சுவைக்கத் தோன்றுகிறது

உன்னை . தெவிட்டாத தேவாமிர்தத்தை அளித்துக்
கொண்டே இருக்கும் அமுதசுரபியே உன்னைப்

புகழ்வதற்கு , சிறப்பைக் கூறுவதற்கு ஒரு
பிறவி போதாது . என்றும் இலக்கணத்தைச்

சுவைக்க வைக்கும் தொன்மையான தொல்காப்பியம் ,
தன் எழுத்தாணியால் இயற்றிய கருத்துக்களை
எங்கள் மனதில் ஆணியடித்துவிட்டுச் சென்ற

வள்ளுவர் , க(விதை)களை விதைத்துவிட்டுச் சென்ற புலவர்கள் ,
உனக்காக தங்களின் வாழ்வையே

அர்ப்பணித்த பலர் . இவையெல்லாம் என்றும்
எங்களால் போற்றிப் பாதுகாக்கப்பட வேண்டிய

கருவூலங்கள் . எத்தனை மொழிகள் எங்கள்
நாவில் உச்சரிக்கப்பட்டாலும் என்றும் இனிமையானவள்

நீ மட்டுமே . உன்னை இதயத்தில்

இருந்து உச்சரிப்போம் . வையகம் எங்கும்
உந்தன் புகழைப் பரப்ப விழைகிறேன்
நிதமும் தமிழ்க்கடலில் மூழ்கி முத்துக்குளிக்க

விழைகிறேன் . இப்பொழுதே நீந்தத் தொடங்கிய ,
இந்த கடல் பயணத்தில் என் வையகத்துத் தமிழ்த்தாயாகிய என்
தமிழாசிரியையின்

அன்பும் , நம்பிக்கையும் , அவர்கள் என்னில்

பற்றவைத்த தமிழ்க்கனலும் துணையாக உள்ளன .
நீயும் வாழ்வின் இறுதி கணம்

வரை எனக்குத் துணையாக வருவாயா ?

என் முதல் காதலியே !

-புவனேஷ் புகழேந்தி

உயர்ந்தே பிறந்தோம்

குணம் கொண்டு உயர்ந்தோரும் தாழ்ந்தோரும்
பொருளிழந்து நட்டத்தால் தோற்றோரும்
பெரும் இலாபமெய்தி வாழ்வோரும்
மாதங்கள் நுள்ளே மறைந் துள்ளோரும்
சாதியை மனந் தொட்டு சற்றுவோரும்
பற்பல வழிகொண்டு வாழுவோரும்

பிறப்பால் உயர்ந்தோர் என்பேன்! ஆரியமன்று;

அவர்தம் பிறந்த (தமிழ்) இனத்தாலே,
நெஞ்சினில் தமிழெனும் உயர் மொழி ஏந்தி
தம்உயிரென் றதனைப் போற்றினதாலே!
இருந்தினும் செந்தமிழ் உரைத்த நன்னெறி
பற்றிடின் என்றும் உயர்ந்தோர் ஆவர்! —

                    -தமிழன்பன் முகிலன்

அன்பின் வழி

உள்ளத்திலும் உணர்ச்சியிலும் உள்ள ஒரே மொழி தாய்மொழியாம்
தமிழ்மொழி! தன்னிகரற்ற
தனி மொழி தன்னிலிருந்து மலரும் தமிழ் மொழி. முதன் முதலில் வந்த
மூத்த மொழி!
இலக்கியத்திற்குரிய பதினொன்று குணங்களைக் கொண்ட ஒரே மொழி
நம் தாய் மொழியாம்
தமிழ் மொழி!
தமிழ் என்பது மொழி மட்டும் இல்லை அன்பின் வழியும்.

-பாத்திமா உசேன்

அமுதே, தமிழே, அரும்பெரும் தேனே!

தாய் மொழியாம் தமிழ் மொழியே, நான் கொண்ட மொத்த மையலின்
உருவமோ நீ?
எப்பொழுதும் உன் மீது நான் வைத்த விழிகளை எடுக்க முடியாமல்
படித்துக் கொண்டே போகிறேன்!

தமிழே, பெரும் அமுதோ நீ?
படிக்க படிக்க திகட்டாத பேரின்பத்தை உன்னிடத்தில் கற்கிறேன்!

அருந்தமிழே பல்வகை பூக்களை கொண்டு தொடுக்கப்பட்ட பூச்சரமோ
நீ?
உன்னிடமிருந்து சுவைக்க அளவில்லா பெருந்தேனை
பெற்றுக்கொண்டே இருக்கிறேன் நான்!

என் பெருந்தமிழ் மொழி என் போன்ற உயிர்களில் மட்டுமல்ல,
துாணிலும் துரும்பிலும் வீற்றிருக்கிறாய்
மலையில்லா தஞ்சையிலும், அலை ஓயாத குமரியிலும் மேன்மேலும்
தமிழை பாட வார்த்தைகளை தேட தேட அள்ளி கொடுத்துக் கொண்டே
இருந்து வியப்பில் ஆழ்த்துகிறாயே!

-தேவிகா

என் இனிய தனிமையே

தமிழன்

சீறிவரும் காளையின் திமிலைப் பிடித்தான்!
தூணிலும் துரும்பிலும் தமிழை வடித்தான்!
பழந்தமிழ் வரலாற்றை சிலையாய் படைத்தான்!
முத்தமிழும் முற்றறிந்து முச்சங்கம் வளர்த்தான்!
வீரம் கூட தலைவணங்கும்,
அவன் பெருமை கண்டு!
பயிர் செய்து பசியறுதான் தன் குருதி கொண்டு!
அவன் கதையை, அலையில் பொறித்தாலும் அழியாது! இப்பூவுலகில்
அவன் மேல் பழி யாது!

-Gokulnath

தமிழ் மொழியின் பெருமை!

என் மூச்சுக்காற்றில் முட்டி நிற்கும்
இவ்வுலகின் மூத்த மொழியாம் !

தரணிகள் ஆண்ட தன்னிகரில்லா மொழியாம்!

குமரிக்கண்டத்தில் பிறந்த மொழியாம்!

முச்சங்கங்கள் வைத்து வளர்த்த மொழியாம்!

புலவர்கள் எல்லாம் அதிசயத்த மொழியாம் !

மொழிக்கென கோயில் கொண்டுள்ள மொழியாம்!

உலகமே வணங்கும் மொழியாம்!

மற்ற மொழிகளின் துணையின்றி வாழும் மொழியாம் !

அனைவருக்கும் அறநெறி புகட்டிய மொழியாம்!

அன்பினால் அனைவரையும் கவர்ந்த மொழியாம்!

இலக்கணத்தின் அறுசுவையும் தந்த மொழியாம்!

திராவிட மொழிகளின் தலைமை மொழியாம்!

இயற்கை கொஞ்சலில் விளைந்த மொழியாம்!

எங்கள் உயிரில் கலந்த மொழியாம்!

குருதியில் உணர்வுகளோடும் மொழியாம்!

கடவுளால் படைக்கப்பட்ட ஆதி மொழியாம்!

மனிதன் கற்று பேசிய முதல் மொழியாம்!

தமிழனை தலை நிமிரச் செய்த மொழியாம் !

உலகின் மொழிகளுக்கு எல்லாம் தாய் மொழியாம் !

எங்கள் உயிரிலும் மேலான

இனிய தமிழ் மொழியாம் !

வாழ்க தமிழ் மொழி!

வளர்க தமிழ் மொழி!

-ரா. மகாகிருஷ்ணன்

என் தமிழ் மொழி!

என் உயிரிலும் மேலான அன்பு தமிழுக்கு என் முதல் வணக்கம்!
குழந்தைப்பருவத்தில் அன்னையை கண்டவுடன் அழுகையை
மறந்தேன்!
வளரும் பருவத்தில் என் தாய்மொழி தமிழை கற்ற உடன் உலகம்
அறிந்தேன்!
சிறு தீக்குச்சி இல் இருந்து வருவதோ நெருப்பு!
உலகத்தின் மொழி அனைத்திற்கும் என் தமிழ் மொழி ஒன்றுதானே
சிறப்பு!
விண்ணுலகம் முதல் மண்ணுலகம் வரை என்றைக்கும் நிலைத்து
நிற்கும் ஒரே உன்னதமான மொழி என் தமிழ் மொழி!
குழந்தைகள் வாயில் இருந்து வருவது அழகான பேச்சு! தமிழ்மொழி
தானே எங்களின் உயிர் மூச்சு!
மற்ற மொழிகளை வெறும் வார்த்தைகளில் வாசித்தேன்!
என் தாய் தமிழ் மொழியை மட்டும் என் மூச்சு காற்று போல
சுவாசித்தேன்!
இரவில் வானத்தில் நட்சத்திரங்களை எண்ணவும் முடியாது! அதுபோல
என் தமிழ் மொழியை யாராலும் வெல்லவும் முடியாது!
திரைகடல் ஓவியமே, உற்சாக காவியமே, அன்புத் தமிழே, ஆசை வளர்
பிறையே, பெண்ணே நீ நடந்து சென்றால் ஒலிக்கிறது என் காதில் உன்
கொலுசின் ஓசை!
ஆனால் மறு ஜென்மத்தில் நான் மறுபடியும் பிறக்க வேண்டும்
தமிழனாக என்று ஆசை!
தமிழனாகப் பிறந்தது நமது பெருமை!
தமிழை வளர்ப்பதே நமது கடமை!
வாழ்க தமிழ்!
வளர்க தமிழ்!

-M.THIAGARAJAN

 என் இனிய தனிமையே

இனிமை தமிழ்

தன்னிகரில்லா தமிழ் மொழியே உன்னை தலை வணங்குகிறேன்!
உன் மொழியின் இனிமை கண்ட என்னால் வேற்று மொழியின்மேல்
சுவை கொள்ள தோன்றவில்லை!
இயல் ,இசை, நாடக முத்தமிழ் பிறந்தது உன்னில் என நான் கந்தர்வ
கர்வம் கொள்கிறேன்!
உந்தன் மூச்சு காற்று படாத இடம் இங்கு எதுவும் இல்லை! உன்
குரலில் பிறந்தது மொழி,
உன் பேச்சினில் மலர்ந்தது கவிதை,
உன் மீது நான் கொண்ட பெரும் பற்றால் என்னில் பிறந்தது இந்த
அழகான கவிதை!

-Sheela

தமிழின் முழக்கம்

பிறக்கும் போது தாலாட்டாகவும்
இறக்கும் போது ஒப்பாரியாகவும்
சோழனின் கட்டுக்கலையினை நிரூபித்துக் காட்டவும்
கற்றோர் கையினில் தவழ்ந்து
கவிகள் பலகோடி கொடுத்து
காதோரத்தில் தேன் நதியானது பாயக் காத்துக்கெடந்து மூவேந்தரின்
பெருமையினை உணர்த்தி

மொழித்தால் மின்னலாய் முழக்கமிட்டு
செம்மொழியாய் செங்கொடி நாட்டி
தரணிதனில் வாகைச்சூடி

திருக்குறளாய் பாரெங்கும் ஒலித்து
சிலம்பாய் அறியப்பட்டு
தேவாரமாய் தித்தித்து
எத்திசைக்கும் தெளியப்பட்டு
ஓங்கி உயரப்பட்டு

இலக்கண இலக்கியம் தொகுத்து
வரலாற்றாய் உருவெடுத்து
உலகத்தினரால் ஆட்சிச் செய்யப்பட்டு
பல எதிரிகளின் ஏவுகணை வீழ்த்தப்பட்டு
தீவினை இருப்பினும் எழுச்சியினைக் கண்டு
சமத்துவம் பொதிக்கப்பட்டு

எண்ணற்ற எண்ணங்களால் நிறைந்து
தில்லையற் கண்ட திருமொழியாம் எந்தன் தாய்மொழி!

-ப.ஹரிணி

                               என் இனிய தனிமையே

எனதருமை தமிழே!

என் கர்வமும் நீயே என் சர்வமும் நீயே!
நான் மூச்சு பெற்ற நாள் முதல் முத்தமிழை என் சுவாசமாக
கொண்டேன்!
தாயைப் போல என்னை வழிநடத்தும் என் தாய் மொழியை என்
கவசமாக கொண்டேன்!
அறுசுவையின் மேலான ஒரு சுவையை என் தமிழில் உணர்ந்தேன்!
எட்டாவது அதிசயமாக என் தமிழை கண்டேன்!
தமிழ் பிறப்பெடுத்து பலநூறு காலங்கள் ஆயினும் அதன் கம்பீரம்
குறையாமல் எங்கள் நாவின் ஆட்சி மொழியாக இன்றும் ஆட்சி
புரிகிறது!
சொல்லை கொண்டே போர் புரியும் ஆற்றல் பெற்றது எம்மொழி!
தமிழை என் அடையாளமாக கொண்டதால் நான் பேரின்பம்
கொண்டேன்!
நான் அகிலம் அறிந்ததும் தமிழாலே, நான் பல அறிவு பெற்றதும்
தமிழாலே!
கார சாரமாக பேசுவதாயினும் சரி, கொஞ்சி கொஞ்சி பேசுவதாயினும்
சரி தமிழில் பேசுவதே தனி அழகு!
"படிக்க படிக்க சலிக்காத ஒரே மொழி எம் தமிழ் மொழியே"
சொல்லோ, பொருளோ, எழுத்தோ எதுவாயினும் வளத்தை வாரி வாரி
வழங்கும் அட்சய பாத்திரம் எம் தமிழ் மொழி! செந்தமிழின் தேன்
சுவையை உணர்ந்த எவருமே பிறமொழியை நாடி

செல்வதில்லை!
அமிர்தமும் தோற்று போகும் எங்கள் தமிழ் மொழியின் இனிமையை
கண்டால்!
பிற நாட்டவரும் ஏங்குவர் எங்கள் தமிழ் மொழியின் பெருமையை

கண்டு!

இன்றோ! நான் மொழி பித்தன் ஆனேன் என் தமிழ் மொழியின் அழகை
கண்டு!

-சகாவின் சகி

 என் இனிய தனிமையே

தாயுமானவன்

மனம் கொண்ட தார்பரியத்தை
வெளியேற்ற வந்தது மொழி

இறைந்த மொழிகளின் மத்தியில்
இரவல் இல்லா எழிலிவன்

ஆயிரம் மொழிகள் ஆளப்பெற்றாலும்
அவனுக்கு தலைவன் தமிழடா!

சொல்லின் களஞ்சிய செல்வன்
சொற்றொடர் ஆளும் கோமகன்

மறத்தினை மார்ப்பில் ஏந்தி
ஆழியின் ஆழம் சுமந்தவன்

வார்த்தை பஞ்சம் வந்து
பசியில் துடிக்கும் மொழிக்கு

பசியாற்றும் தாயுமானவன்!

-பவித்ரா சரவணன்

எங்கும் நிறைந்த மொழி

இயல் இசை நாடகம்
என முத்தோற்றம் கொண்டவளாம்!
மூங்கில் வழி பிறக்கும் நாதம் போல் நல்இனிமை கொண்டவளாம்!
முக்கடல் சேரும் இலெமுரியாவில் தோன்றியவளாம்!
இவள் தித்திக்கும் தேனமுது போன்ற குணம் கொண்டவளாம்!
திருக்குறள் முதல் தேனமுது தேவாரம் படைக்க தினம் துணை
செய்தவளாம்!
உயிரும் மெய்யுமாய் கலந்து எமக்கு உயிரளித்த உன்னதமாம்!
செம்மொழியாம் இவள் செவிக்கு சிறந்த உணவும் இவளாம்!
கவிதை வடிக்க வந்த எனக்கு
கட்டுரை எழுதியும் தீரவில்லை!
கன்னித்தமிழாம் உனைப் பாட
நீ தந்த எழுத்துக்களும் போதவில்லை!
எம்மொழியாம்
எங்கும் நிறைந்த எம் தாய்மொழியாம்!
சங்கம் வளர்த்த எங்கள் தங்க மொழியாம்!
எங்கள் தமிழ்மொழியாம்!

-M.Gayathri

தமிழ் பண்பாடு

தமிழர் பண்பாடுடனே
தமிழர் பெருமையினை சொல்லி
தமிழ்ப் பண் பாட வந்தேன்!

தவறிருந்தால் பொறுத்தருள்வீர்
தமிழறிந்த சான்றோரே!

தமிழர் என்ற இனமுண்டு தனியே அதற்கோர் குணமுண்டு,
குமரிக்கண்டத்திலும் தோன்றியது தமிழ் பண்பாடு,
இந்த அண்டமது அறிந்தது தமிழரின் நிலைப்பாடு,

முகம் அறியாத மனிதனையும்
முகம் மலர உபசரிப்பதே தமிழர் பண்பாடு,
ஊரானாய் இருந்தாலும் உள்ளம் உவத்தலே தமிழரின் வெளிப்பாடு,

அறிவை கொடுப்பதிலும், ஆற்றலை அளப்பதிலும் சங்க இலக்கியமே
சலைக்கா முதலிடம்,
சாதனை சொல்லி போதனை தருவதே தமிழனின் புகழிடம்,

இலக்கியம் வரும் முன்னே இலக்கணம் வகுத்த பண்பாடு,
தமிழனுக்காய் தரம் பிரித்து தரித்திட்ட களிப்பாடு,

காற்றின் போக்கை கலம் செலுத்து என்றது புறநானூறு, வானம்
உயர்ந்தும் வாழ வைத்ததே தமிழரின் வரலாறு,

யாதும் ஊரே யாவரும் கேளீர் என்பதை உலகத்திற்கே சொன்ன
பண்பாடு,
யாவருக்கும் உதவும் உண்மை சொல்வதே தமிழர்களின் கூப்பாடு,

இன்னும் எத்தனை எத்தனை காலங்கள் போனலும்,
தமிழர் பண்பாடு அது தலை நிமிர்ந்து நிற்கும்,
தமிழன் நிலைப்பாடு பார்த்து தரணியெங்கும் சொக்கும்!

-சூர்யா சு

தொன்மை தொட்டு விண்ணை வெட்டுபவள்

உலக மூச்சுக்கெல்லாம் மூத்த மொழியவள்!

பிற மொழிக்கும் கிளையாகியவள்!
இயலாக இயம்பி
இசையாக இணைந்து

நாடகமாக நாடாளும் முத்தமிழே!

அகரமுதலியாக அகிலத்தை ஆள்பவள்!
தொன்மை தொட்டு
முன்மை முனைந்து
எளிமை எழிலில்
ஒண்மையும் ஒட்பமாகி
இளமை இளவரசி
வளமையின் வாய்மொழி
தாய்மை தாங்கி
தூய்மையை தூவி
செம்மையில் சிவந்து
மும்மையில் முட்டி
இனிமையாக இனித்து
தனிமையில் தனித்து
பெருமையை பெருக்கி

திருமை திண்ணமாக திகழ்பவள்!

செந்தமிழாய் செவிக்கு விருந்தளிப்பவள்!
ஐந்திலக்கணமாக இசைந்து

இலக்கியத்தில் இதயத்தை இழுப்பவள்!

திராவிட மொழிக்கெல்லாம் திரையவள்!
வடமொழியின் வடுவிடுத்து வாழும் வல்லமையானவள்!
உலக உயிருக்கெல்லாம் உருக்கம் ஊட்டுபவள்!
பரந்துபட்ட பாரின் பகலவள்!
தமிழின் தாகம் நிறைந்தவள் நான்
என் தாகம் என்றும் தமிழுக்கே!
எம் மொழியை விழ்த்த முடியுமோ!

- பி.மா.வேதா

மங்காத மொழி

அம்மா சொல்லிக்
கொடுத்த அன்பு

மொழி ஆசிரியர் ஆச்சரியம் ஊட்டிய
ஆசை மொழி

இறைவன் பேசிய இயல்
இசை நாடக மொழி

ஈசன் நமக்கு அருளிய
ஈகை மொழி

உலகம் முழுவதும் பேசிய
உண்மை மொழி

ஊக்கம் கொடுத்து
ஊறு கலைக்கும் மொழி

எங்கள் வாழ்க்கையை வளமாக்கிய
எந்திர மொழி

ஏமாற்றம் தராத
ஏழை மொழி

ஐயம் கலைந்தெறியும்
ஐயன் வள்ளுவரின் மொழி

ஒருத்தரையும் வையாத
ஒப்பற்ற மொழி

ஓசை குன்றினாலும்
ஓட்டம் குன்றாத மொழி

ஔகாரச் சொல்லால்
ஔவியம் கலைக்கும் மொழி

                                         என் இனிய தனிமையே

எந்தன் தாய் தமிழ் மொழி!

உலகம் தொடங்கியதில் இருந்து
உலகம் அழியும் வரை

மங்காத மொழியாகத் தரணி எங்கும்
பவனி வருகிறது!

-பா.பிரியன்பாபு

மூன்றெழுத்தின் காவியம்

மூன்றெழுத்து சொல்
ஐந்தறிவு காலத்தே உருவானது
அன்பிலும் நீயே
வீர மரணத்திலும் நீயே
அணைத்து மொழிக்கு
தாயும் நீயே
எங்களுக்கென உருவான
அடையாளமும் நீயே
எல்லா மொழிகளுக்கும் உரித்தான எழுத்து, சொல், யாப்பு, அணி உண்டு
தமிழுக்கே உரித்தான
பொருளுக்கு இலக்கணம்
எதிலும் உண்டோ
இதனால் ஐந்திலக்கணம்
சொல்வதில் மிகையில்லையே
சில நேரம் இரட்டைக்கிளவியாக
சில நேரம் அடுக்குத்தொடராக
வந்து வியக்கவைக்குறாய்
மரத்தில் பழம் கொத்துகொத்தாய்
காய்க்குதடா ஆடை பசி
தீந்தாலும் அழியாதடா
தீயும் சுடும்மடா

என் தமிழ் வருடாதடா
விருச்சதில் பழம்
உதிருமாயின்
புரிந்துகொள் அது வாழ்வின் எல்லையடா
அதுவே தமிழடா !

- ஸ்ரீதர்

அழியாத்தமிழ்

தமிழ் என்னும் சொல்லை அடுக்குமுறையில்
உச்சரித்துப்பார் தமிழ்என்றால் அமிழ்தென்று தயக்கமின்றி உமக்கே
புரியும்
தமிழை உச்சரித்தால் நாவில் உமிழ்நீர் சுரக்கும் அது அமிழ்தாய்
நெஞ்சில் என்றும் நிலைக்கும்

தமிழை பேசிப்பார் தயாகுணம் பிறக்கும், தமிழை வசித்துபார்
தளர்ச்சிகள் உன்னில் நீங்கும்
தமிழை நேசித்துப்பார் தாய்மைபண்பு பிறக்கும்

தமிழ் மரபணுக்களை
புதுப்பிக்கும் மண்ணில் புதிய சந்ததிகளை தோற்றுவித்து புதிய வரலாறு
படைக்கும்

தாய்மை மொழியது தன்னிகரில்லா ஒலியது, தரணியிலே உலாவிவரும்
-இது பகைமையை தகர்த்துவென்று நிற்கும்

தென்றலின் குளிர்ச்சியாய்- என்றும் தெவிட்டாத மகிழ்ச்சியாய்
வையத்தவர் போற்றும் தொலைதூர வளர்ச்சியாய்!

-எல் செல்வகுமார்

எம் மொழியின் அழகு

வண்ண வண்ணமாய்
வரைந்திட தேவையில்லையடி!
எம் வசன கவிதைகள்

வாசிப்பிற்கு ஈடு இல்லையடி.
வடிவங்களை
வர்ணித்து கொட்டிட
எம் மொழிக்கு

வானமோ, வடிவமோ
தேவையில்லையடி
அதன் அழகு
வடிவமான
வார்த்தைகளே
வானவில் அளவிற்கு
எம் மொழியின் அழகை
சேர்க்குமடி!

தாய்த்தமிழே போற்றி !

பழமை மாறா புதுமையைப் பெற்று!
இன்பம் நிறைந்த இன்சுவையைப் பெற்று!

அகிலம் போற்றும் அழகினைப் பெற்று!
தாயாய்ப் போற்றும் தரணியைப் பெற்று!

இயல்பாய் பேச இயற்தமிழ் பெற்று!
இசையோடு மகிழ இசைத்தமிழ் பெற்று!

நாள்தோறும் கலை உணர்வை தூண்டும் நாடகத்தைப் பெற்று!

சிற்றிலக்கியங்களைச் சிறப்பாய் பெற்று!
காப்பியங்களை கவிச்சுவையோடு பெற்று!

இம்மண்ணிற்கு பெருமை சேர்த்த வள்ளல் பெருமக்களையும் பெற்று!

பெருமை கொண்டோர் உன்னையல்லால் உயர்ந்தோர் இருக்க
முடியுமா?

தாயே! தமிழே!

உன்னை அமுதமாக்கி பருகுவதிலே பெருமகிழ்வு அடைகின்றேன்!
-வே.கனிமொழி.,

அழகு தமிழே

அழகு சொல் கொண்டு
அமுதே உன்னை பாட வந்தோம்
தாயாய் தினம் எண்ணி
தமிழே உன்னை தாலாட்டி நின்றோம்
உலகின் முதல் மொழியாய்
உயிரில் கலந்திட்ட தமிழே
எம் உயிரே நீ வாழ்க
ஒரு சொல்லில் பல பொருள்கள்
தினம் தந்து அழகூட்டும்
முத்தமிழே நீ தானே எம் உயிரே

எங்கள் மொழியான செம்மொழியே!
இனிய மொழியான தமிழ் மொழியே!
உலகை ஆண்டிடும் தாய் மொழியே!
செம்மொழியான தமிழ் மொழியே!
வாழியவே நீ வாழியவே
எங்கள் தாய் நீயே வாழியவே

ஈழம் கூறிடும் வரலாற்றை
இலக்கிய இலக்கண அழகுடனே
சரசோதிமாலை , கண்ணகிவழக்குரை
யாகப்பர் அம்மானை கூறியே நின்றிடும்
கிள்ளைவிடு தூதும் அழகாய் ஒலித்து நிற்கும் சீரான அன்னை
மொழியே

பண்டிதராசர் தந்திட்ட நூல்களையும் நமச்சிவாயப்புலவர் தந்திட்ட
ஒழுக்கத்தையும்
எத்தனையோ ஆயிரம் கவிதை நெய்வோர் தரும்
புத்தாடை அனைத்துக்கும்
வித்தாக விளங்கும் மொழி

 என் இனிய தனிமையே

உலக மொழி!
வீரம் கொண்ட உயிரான உலக மொழி!
நம்மொழி தமிழ் மொழி! அதுவே

செம்மொழியான எம் மொழியாம்!
தமிழ் மொழி எங்கள் தமிழ் மொழிஅகிலம் ஆண்டிடும் தமிழ்
மொழியாம்!

செம்மொழியான தமிழ் மொழியாம்!
உயிரில் கலந்த தமிழ் மொழியாம்!
உலக புகழ் கொண்ட தமிழ் மொழியாம்!
மரபு வழி வந்த எம் மொழியாம்!

தமிழ் மொழியாம் எங்கள் தமிழ் மொழியாம்!
உலகை ஆண்டிடும் எங்கள் தமிழ் மொழியாம்!

வாழ்க வாழ்கவே எங்கள் மொழி
முதலில் உருவான அன்னை மொழி!
வாழிய வாழியவே வாழிய வாழியவே வாழிய வாழியவே!
-மைந்தன் (கிளைம்சென்)

தமிழே என் தமிழே

தமிழே என் அன்புத் தமிழே

தமிழே என் அமுதத் தமிழே

தமிழே என் அங்கத் தமிழே

தமிழே என் ஆருயிர் தமிழே

தமிழே என் ஆசைத் தமிழே

தமிழே என் ஆகாயத் தமிழே

தமிழே என் இயல் தமிழே

தமிழே என் இசைத் தமிழே

தமிழே என் இன்பத் தமிழே

தமிழே என் ஈழத் தமிழே

தமிழே என் ஈருயிர் தமிழே

தமிழே என் உயிர்த் தமிழே

தமிழே என் உள்ளத் தமிழே

தமிழே என் உணர்வுத் தமிழே

தமிழே என் உரைத் தமிழே

தமிழே என் ஊன்றுகோல் தமிழே

தமிழே என் ஊர்த் தமிழே

தமிழே என் எண்ணத் தமிழே

தமிழே என் எடைத் தமிழே

தமிழே என் எதுகைத் தமிழ்

தமிழே என் ஏவல்த் தமிழே

தமிழே என் ஏணித் தமிழே

தமிழே என் ஏனோத் தமிழே

தமிழே என் ஏழுத் தமிழே

தமிழே என் ஐயத் தமிழே

தமிழே என் ஐம்பெரும் காப்பியத் தமிழே

தமிழே என் ஒற்றைத் தமிழே

தமிழே என் ஒருமைத் தமிழே

தமிழே ஒற்றுமைத் தமிழே

தமிழே என் ஓசைத் தமிழே

தமிழே என் ஒருயிர்த் தமிழே

தமிழே என் ஓலைத் தமிழே

தமிழே என் ஔவைத் தமிழே

தமிழே என் ஃதிலாத் தமிழ்

தமிழே தமிழே என் முத்தமிழே

தமிழே என் பைந்தமிழே

தமிழே என் தீந்தமிழே

தமிழே என் செந்தமிழே

தமிழே என் கொங்கு தமிழே

தமிழே என் கடந்த தமிழே

தமிழே என் செம்மொழி தமிழே

தமிழே என் அன்னை தமிழே

தமிழே என் அகிலத் தமிழே

தமிழே என் தேன் தமிழே

தமிழே என் பொதிகைத் தமிழே

தமிழே என் கோனார்த் தமிழே

தமிழே என் தாய்த் தமிழே

தமிழே என் சங்க காலத் தமிழே

தமிழே என் இடைக்காலத் தமிழே

தமிழே என் அக்காலத் தமிழே

தமிழே என் இறந்த காலத் தமிழே

தமிழே என் எதிர்காலத் தமிழே

தமிழே என் சான்றோர்த் தமிழே

தமிழே என் முடிவிலாத் தமிழே

முத்தான முதன்மையான மொழி தமிழ்மொழியே

தமிழன் என்று சொல்லடா தலை நிமிர்ந்து நில்லடா

-மா பழனிசாமி

வாழ்வும் சிகரம்தொடுமே!

இடிபோல கயவர்கள்
அச்சம்தர முழங்கினும்
தடையினை தான்தகர்த்து
மாரியாய் பொழிந்திடுவாள்!
செம்மொழி தமிழவள்!

ஆர்ப்பரிக்கும் அருவியும்
சலசலக்கும் நதியும்
அலையடிக்கும் ஆழியுமே
உச்சரித்து பேசமுயலுமே
என்மொழி தமிழவளை!

மொழியெனில் மொழிமட்டுமில்லை
மொழிகடந்த உணர்வில்
கரைகாணா உயிரமுதில்
பெருமைஅடங்கா உதிரத்தில்
எங்குமே என்தமிழே!

தாயைவணங்கி வந்தால்
நல்லதுநடக்கு மெனில்
தாய்மொழி தமிழ்த்தனையும்
மதித்து பழக கற்றிடு!
உள்ளம் உயர்வடையுமே!
வாழ்வும் சிகரம்தொடுமே!

– மாயாதி

வாழ்க தமிழ்மொழி !

கல் தோன்றி மண் தோன்றா காலத்தே முன் தோன்றிய மூத்தத் தமிழே
நீயே

காதும் கண்ணும் மெய்யும் நாவும் நுகர்வோன் உச்சிக் குளிர்ந்ததுவே

நின் பெருமை அறிந் துணர்ந்து உம்மொழி யமுதம் சுவைத்த
போதனியிலே

திங்களும் முடியும் தித்திக்கும் வெய்யோனும் திகழ் பரவெளியு
லோகமும்

சங்க இலக்கியமும் தங்க வைரமும் சிங்க இலக்கணமும் சீர்மிகு
மொழியணியும்

மங்குள் கடலும் மலையும் மடுவும் மருதம் பாலை முல்லை யதனிலும்

ஐந்திணை ஐம்பூதம் அருஞ்சுவை அருந்தமிழ் உன் அருஞ்சிறப்பின்
அடையாளமே

கவிச் சரம் தொடுத்து கவியாலே உனக்கு மாலை அணிவித்தவன்
பாரதியே

பாவின் வேந்தன் புரட்சித் தலைவன் தாளாட்டிய தந்தமிழ் பாரதி
தாசனிலே

சாத்திரம் கொண்டு உம் சரித்திரம் எழுதியவன் மொழியின் வெய்யோன்
பாவாணனே

சிங்கம் சீரும் சிறப்புங்கொண்ட சிலப்பதிகாரம் இயற்றிய
இளங்கோவனே

மங்கை மணி மேகலை வாழ்வின் மாண்பினை மாசறச் சொல்லிய
சீத்தலை சாத்தனாரே

சீவகன் அவனக வாழ்க்கையைச் சித்தரிக்கும் சிந்தாமணியின்
திருதக்கவரே

இலக்கிய சுவையும் இலகுபொருட் செறிவும் இயைந்தமைந்த
வளையாபதியாரே

குண்டலம் முடியு முள்ள பௌத்த குலப் பெண்ணின் கதை யமைத்த
நாதக் குத்தனரே

என ஆயிர மாயிரம் அறிஞர் அறிவில் அழகுற வாழும் அருந்தமிழே

எண்ணும் எழுத்தும் பண்ணும் பாட்டும் அழகும் அமுதமும் கொண்ட
மொழியே

ஆண்டுகள் போதாது நூறாண்டுகள் போதாது உன் அருமையை
வர்ணிக்கவே

தரணி போற்றும் தண்டமிழ் வேந்தன் தமிழன் இனத்தின் தாயே தமிழே
நீயே

வாழ்க தமிழ்மொழி, வாழ்க தமிழ்மொழி வாழிய வாழிய பாரினிலே

  என் இனிய தனிமையே

எங்கள் தமிழ்மொழி ஏழுலக தாய்மொழி ஏழ்பிறப்பும் நீர் வாழியவே
வாழ்க தமிழ்மொழி வாழ்க தமிழ்மொழி வாழிய பல நூறு யாறினிலே
எங்கள் தமிழ்மொழி ஏழுலக தாய்மொழி ஏழ்பிறப்பும் நீரென் உயிர்
நேரினிலே!

- கனகநாதன்

அன்னைத்தமிழ்

மூலவருக்கு உள்ள
அத்தனை சிறப்பையும் மொழிகளில் பெற்றவள் நீயே!

நின் சிறப்பினை வர்ணிக்க அண்டத்தில் புதியதொரு அகராதியை
உருவாக்க வேண்டும்!

தலைமைக்கு உரிய தன்மையோடு கிளை மொழிகளையும் செழிக்க
வைக்கும் செம்மல் நீ!

தனி மொழியாய் தனித்துவமாய் தரணி எங்கும் வலம் வரும்
தங்கத்தாரகை நீ!

ஈடு இணையில்லா உன் புகழை என்னவென்று சொல்வது என 247
எழுத்துக்களும் என்னை கேட்கிறது!

-யாமினி

தமிழுக்கும் அமுதென்று பேர்

அமுது தமிழ் உன் சிரம் தொட்டதால் என் கரம் புனிதம் ஆனதே!

உன்னை
சுவைக்கயில் தெகிட்டாத தேன் சுவை போன்று உள்ளதே!

காற்றின் வேகம் குறைந்தாலும் , அலைகள் ஓய்ந்தாலும், உன் புகழ்
மங்காது இன்றும் கொடி கட்டி பறக்கிறதே!

என் அன்னையே!

தமிழே, அமுதே!

கவிதைக்கு -பாரதி ;

சிறு கதைக்கு- புதுமைபித்தன்;

பாட் டுக்கு - கண்ணதாசன்.

தமிழுக்கு கூற இந்த ஒரு ஏடு போதாதே!

காலச்சீற்றத்தால் அழிந்து மறைத்தாலும் என் தமிழோ மீண்டும்
காலப்போக்கில் சிங்கம் போல் சீறிப்பாயத்தானே செய்கிறது!

தமிழை காக்க அதியமான் ஒளவைக்கு நெல்லிக் கனி தர ஒளவையோ
தமிழுக்கு தந்துவிட்டாரோ! தமிழை வளர்ப்போம்!

வாரீர்!

-வி.யோகநந்தினி

என் தமிழே!

என் சொல்லுக்கும் செயலுக்கும் வழிகாட்டிய மொழி,
பாமர மக்களுக்கும்
சாதாரணமானவனுக்கும் சாமானியனுக்கும் ,
வீதிகளிலும்
வீட்டு திண்ணைகளிலும்,
சந்தையிலும் வேலையிலும்
பள்ளியிலும் கல்லூரியிலும் சகஜமாய் பேசிடும் மொழி!

என் தந்தை தாய் எனக்கு
சொந்தமென தந்திட்ட மொழி
தலைமுறை பல கண்டது
எம் அழகு மொழி,
விந்தைகள் சொல்லிடும்
அதிசய மொழி
பலகோடி பேர் பேசும்
பக்குவமொழி,
பல காவியங்கள் தந்த
காவிய மொழி
அமுதென்று பேரெடுத்த
அற்புத மொழி,
இத்தனை புகழுக்கும்
உரிமை கொண்டமொழியே
நீயே என்றும்
என் சிந்தனையில் !

- சு.வசுந்தரா தேவி

உயிரில் கலந்தவள்

அம்மா என்று அழைக்கவும்!
ஆறுதல் வார்த்தை கூறவும்!
இகழ்பவரை புறந்தள்ளவும்!
ஈதல் செய்பவரை வாழ்த்தவும்!
உண்மைக்கு உறுதியாகவும்!
ஊமைக்கு உறுதுணையாகவும்!
எளியோரின் வாழ்வும்!
ஏழைகளின் வளமும்!
ஐயங்களின் ஆதாரமாகவும்!
ஒற்றுமைக்கு ஒத்துழைப்பும்!
ஓசைகளுக்கு உரமாகவும்!
ஔவையின் மொழியாகவும்!
விளங்குபவள் நீயே!

- ஜெயஸ்ரீ சுப்ரமணியன்

உயிர் மொழி எங்கள் தமிழ் மொழி

உலகையே காத்த செம்மொழியாம் - அது
எங்கள் தமிழ் மொழியாம்

உயிர்கள் எல்லாம் உரைத்த முதல் மொழியாம் - அது
எங்கள் தமிழ் மொழியாம்

உறவுகளை விரிவாக சொல்லிடும் ஒரு மொழியாம் - அது எங்கள் தமிழ்
மொழியாம்

விலங்குகளும் , பறவைகளும் பேசும் மொழியாம் - அது எங்கள் தமிழ்
மொழியாம்

விஞ்ஞானம் முதல் மெய்ஞ்ஞானம் வரை கூறும் மொழியாம் - அது
எங்கள் தமிழ் மொழியாம்

இரண்டடியில் அனைத்தும் சொல்லிய ஒரு மொழியாம் - அது எங்கள்
தமிழ் மொழியாம்

இயற்கையோடு பிறந்து செயற்கை உலகிலும் அழியாமல் வாழ்ந்திடும்
ஒரு மொழியாம் - அது
எங்கள் தமிழ் மொழியாம்

நாசியும் நா இவை இரண்டும் பயன்படுத்தி பேசும் ஒரு மொழியாம் -
அது
எங்கள் தமிழ் மொழியாம்

பல்லாயிரம் அற்புதங்கள் புரிந்த ஒரு மொழியாம் - அது எங்கள் தமிழ்

மொழியாம் பல மொழிக்கு வேராய் விளங்கும் ஒரு மொழியாம் - அது
எங்கள் தமிழ் மொழியாம்

எத்தனை ஆண்டுகள் ஆனாலும் அழிவில்லா ஒரு மொழியாம் - அது
எங்கள் தமிழ் மொழியாம்

என்னென்ன சதி செய்தாலும் செழித்து நிற்கும் ஒரு மொழியாம் - அது
எங்கள் தமிழ் மொழியாம்

- KAARTHIKVEL V.S

 என் இனிய தனிமையே

இனிய தமிழமுது

தோன்றும் எழுத்தெல்லாம் தேன்தமிழாய்த் தோன்ற

திசையெங்கும் எங்கள் தமிழ்முரசு கொட்ட

பறக்கும் பறவையும் தூஉம் மழையும்

தமிழ்அ முதைகற் றனவோ!

(பாவகை : பலவிகற்ப இன்னிசை வெண்பா)

- **Munishwaran R**

அன்னை தமிழின் பெருமை

ஆரியம் தொட்டு
ஆவினம் மெட்டு
அடங்க அனைத்திற்கும்;

முழு முதலாகி
மூத்தக்குடி என்றோர்
மீப்பெரும் சக்தி

மாண்டாலும்!
மீண்டும் மீண்டும்
மீள் விசையாய்
மிளிருது காணீர்;

செம்மொழி பட்டம் பெற்றவை
பேரில் சில உண்டு
யாதும் ஊரே யாவரும் கேளிர்
என்றோர் இலக்கணம் பாடும்
எந்தமிழ் போல் பாரில்
வேறு யாருண்டு!

இலக்கணம் சொல்லும்
இலக்கியம் கோடி!
இனிவரும் உலகம் - எம்
இன்பத்தமிழை நாடி!

பிஞ்சு குழந்தை தொடங்கி
பிள்ளைத்தமிழென்றும்
பரணியென்றும்
பாருலகம் ஆண்ட
பண்டிதர் போற்றும்
பாடல் பல காணீர்!

யாவருக்கும் உண்டு தாய்மொழியே - அவை
யாவைக்கும் தலையாய தாய்அவள்
நம் தமிழ்மொழியே!

வரிகள் கோர்க்க
வார்த்தை பல உண்டு
வரையறை காரணத்தால்
பழந்தமிழ் எந்தமிழ் செந்தமிழ்
நீ வாழிய வாழிய வாழியவே!
நீ வாழிய வாழிய வாழியவே!

- கோகுல் காளியப்பன்

அமிர்த(மிழ்) மொழி

தமிழ்வாசம் வீசும் காற்றே!
தாய்மொழி பேசும் தென்றலே!
அருவியாய் கொட்டும் அமுதே!
நுரையாய் ததும்பும் தமிழே!

முன்னோர்கள் படைத்த மொழியாம்!
முச்சங்கம் காத்த தமிழாம்!
முக்கடல் கூடும் குமரியாம்!
மூவேந்தர் ஆண்ட நாடாம்!

ஒளவை ஆத்திசூடியும்
வள்ளுவன் ஈரடி நூலும்
கையில் ஏந்தி மொழிந்தவர்!
வையகம் போற்றும் உயரவே!

வழியாய் நின்ற துணையே!
தாய்நாடு தந்த மொழியே!

- ரஞ்சனி பழனிசாமி

என் இனிய தனிமையே

தமிழ் வாழ்க!

மொழி எனும் கருவறையில்
மூத்த பிள்ளையாய் பிறந்த
தமிழ் மொழியே !

மூத்த குடியாம் எங்கள்
முன்னோர்களின் வாய் திறந்து
பேச வைத்த முதல்
மொழியே !

அறியாமை எனும் இருள்
அகற்றி அறியொளி சுடரை
ஏற்றி வைத்து
கம்பன், வள்ளுவன் போன்ற
சான்றோர்களை அறிமுகப்படுத்திய
உன்னத மொழியே !

மேன்மை பொருந்திய பல
மேலை நாட்டு அறிஞர்களை
வியக்க வைத்த சரித்திர மொழியே !

பல நூற்றாண்டுகள் கடந்து வந்தாலும்
பழமை மாறாது மதுரமாய் இனிக்கும்
பன்மை மொழியே !

ஆயிரம் தடை வந்தாலும்
அழிவில்லை அன்னையே உனக்கு வாழ்க ! வாழ்க ! வாழ்க ! வாழ்கவே

-சி. பிரவீன் குமார்

தமிழா வா! தமிழாய் வா!

பாரெங்கும் பறைசாற்றி நின்று பார்க்கடல் மீதும் கப்பலோட்டி பார்க்கா
திசையிலும் பரவி நிற்கும் எங்கள் தாய் தமிழ்!

தமிழ் எங்கள் உயிரின் இருப்பிடம்
தமிழ் எங்கள் பிறப்பின் உருவிடம்
தமிழ் எங்கள் நாட்டின் புகழிடம்
தமிழ் எங்கள் தாய் மடி உறைவிடம்!

இயற்றமிழ் இசைத்தமிழ் நாடகத்தமிழ் எங்கும் எதிலும் இன்பத்தமிழ்
எல்லையில்லா ஆகாயம்
தமிழ் பொழியும் மாரியும் பொன்னான தமிழ்!

தமிழா தலை நிமிர்ந்து எழுந்து வா
தமிழெனும் கர்வம் கொண்டு வா
தமிழாய் உருமாறி வா
தமிழுக்கே தனை கொடுக்க வா!

உயிரும் மெய்யும் ஒன்றெனக் கலந்த உயிர்மெய்யின் சங்கமம்
கண்டாயோ; பாட்டனும்
பூட்டனும் ஊட்டிய தமிழ் தடைகளை உடைத்த தடயம் கண்டாயோ!

உலக உயிரின் அணுவில் வாழும்
மூத்த மொழி , முதல் மொழி
அழியாப் புகழ் பெற்ற எங்கள்
தமிழ்மொழியென,
தரணியும் தலையாட்டி
தனைகொடுக்கும் தமிழுக்கே!
வாழ்க தமிழ்!

-மோ.திவ்யாராஜ்குமார்

என் இனிய தனிமையே

தமிழ் மடியின் சுகம் !

தாய்மடி கிடைக்காதவர்களிடம் கேட்டால் தெரியும்
தமிழ்த் தாய் மடியின் சுகம்..!

என் தாய் அவள் என்ற பெருமை எனக்கு
அவள் முந்தானையில் வளர்ந்து அவளையே பாடுவதால்..!

ஆயிரக்கணக்கான ஆண்டுகால வரலாறு
இன்னும் இளமை மாறா அதிசயம் தான் என்னவோ..!

என் தமிழ் மீது நான் கொண்ட காதல்
விளக்கவுரையற்ற புதிர்..!

பிற மொழிகள் ஆயிரம் வரட்டும்
பிள்ளை எத்தனை பெற்றாலும், தாயின் சிறப்பு அதிகம் தானே..

வீரத்தையும், காதலையும் இரு கண்களாய் கொண்டு தனித்துவமாக
நிற்கிறோம் மீசை முறுக்கியபடி..!

பிறரின் உணர்வுகளை மதிக்கும் பண்பு
தமிழர்களுக்கு சற்றே அதிகம் தான் ..!

கோடிக்கணக்கில் பாரதி பிறந்து வந்தார்
பேனா எடுக்கும் ஒவ்வொருவரின் பேனா முனையிலும்..!

கணக்கில்லா புத்தகங்கள் தன்னகத்தே,.
வாழ்க்கைப் பாடங்களை தெளிவுபடுத்தவே..!

உலகமே அடிமை என்றால் மிகையாகாது
இரண்டடியில் வாழ்வை தொடுத்த வள்ளுவருக்கு..!

பேனாவே எங்கள் ஆயுதம்
பல வேடிக்கை மனிதரைப் போல்
வீழ்வேனென்று நினைத்தாயோ..?!!

-நர்மதா.சு